गीता

गीता

नेतृत्व आणि यशप्राप्तीसाठी अध्यात्म

प्रणय

अनुवाद : मीना शेटे-संभू

MANJUL

मंजुल पब्लिशिंग हाउस

First published in India by

MANJUL

Manjul Publishing House

Corporate and Editorial Office
• 2nd Floor, Usha Preet Complex, 42 Malviya Nagar,
Bhopal 462 003 – India
Sales and Marketing Office
•C-16, Sector 3, Noida, Uttar Pradesh 201301, India
Website: www.manjulindia.com
Distribution Centres
Ahmedabad, Bengaluru, Bhopal, Kolkata, Chennai,
Hyderabad, Mumbai, New Delhi, Pune

Marathi translation of *Gita:*
Spirituality For Leadership & Success by Pranay

This Marathi edition first published in 2024

ISBN: 978-93-5543-962-8

Marathi translation: Meena Shete-Sambhu

Printed and bound in India by Thomson Press (India) Ltd.

प्रस्तावना

जीवनाच्या प्रत्येक क्षेत्रातील आघाडीच्या व्यक्तिमत्त्वांना आणि नेत्यांना कृष्णाच्या भगवत्‌गीतेतून प्रेरणा मिळाली आहे. विज्ञान आणि आधुनिक युद्धतंत्र क्षेत्रातील जे. रॉबर्ट ओपनहायमर, राजकारणी नेते सुभाष चंद्र बोस, उद्योग आणि तंत्रज्ञान क्षेत्रातील स्टीव्ह जॉब्ज, तत्त्वज्ञान क्षेत्रातील एमसन यांसारख्या प्रख्यात व्यक्तिमत्त्वांचा त्यांच्यामध्ये समावेश होतो. युगानुयुगांपासून अशा इतर असंख्य व्यासंगी विद्वानांना गीतेतून स्फूर्ती मिळत राहिली आहे.

अत्यंत बिकट प्रसंगी आणि आणीबाणीच्या काळात कृष्णाचं जीवन आणि त्याने दिलेल्या नेतृत्वविषयक शिकवणुकी विशेषतः महत्त्वपूर्ण ठरतात. जीवनातील अडचणींवर आणि कठीण काळांवर मात करण्यासाठी कृष्णानं गीतेत दिलेल्या कित्येक विलक्षण अंतर्दृष्टी उपयुक्त ठरतात. मोठमोठे साथीचे रोग आणि इतर आव्हानं यांना सक्षमपणे तोंड देण्यासाठी, नेत्यांनी आणि खरोखरच्या यशाचा शोध घेणाऱ्या सर्वांनीच गीतेतून मिळणारे प्रभावशाली धडे आत्मसात करण्याचे सर्वतोपरी प्रयत्न केले पाहिजेत.

गीतेत आपल्या अस्तित्वाच्या व्यवहार्य पैलूंचं आणि सखोल, विद्वत्तापूर्ण, ज्ञानमय वैश्विक पैलूंचं सर्वाधिक संतुलित मिश्रण आढळतं. गीतेतून युद्ध कलेबरोबरच आत्मिक शांतता मिळवण्याच्या कलेचीही शिकवण देण्यात आली आहे. गीतेच्या केंद्रस्थानी लढवय्येपणाशी आणि सर्व प्रकारच्या नेतृत्वांशी संबंधित गूढ आध्यात्मिक संहिता आहे किंवा त्यांच्याशी संबंधित मूलभूत तत्त्वांचा संच आहे म्हणूनच गीतेला नेहमीच सार्वकालिक सुसंगतता आणि वैश्विक स्वरूप प्राप्त झालं आहे. इतर कोणत्याही ग्रंथाला असं स्वरूप आणि सुसंगतता प्राप्त झालेली नाही. नेतृत्व करण्यासाठी आणि यश प्राप्त करून घेण्यासाठी गीतेतील कालातील धड्यांमध्ये समाविष्ट असलेल्या काही महत्त्वाच्या गोष्टींचं सार काढून या पुस्तकात ते विचारार्थ मांडण्यात करण्यात आलं आहे.

– प्रणय

अनुक्रमणिका

प्रकरण १

परिवर्तन ही गतिशीलतेला समजून घेण्याची गुरूकिल्ली

शिकवण : *श्रीकृष्ण परिवर्तन घडत असताना शांतता धारण करण्याचा उपदेश करतो. ही सर्व नेत्यांसाठी आणि खऱ्या यशाच्या शोधात असलेल्या सर्वांसाठीच एक महत्त्वपूर्ण शिकवण आहे. यामुळे तुमच्या अस्तित्वाचा गाभा, तुमचं अंतःकरण अधिक चैतन्यमय, विशुद्ध, शक्तिशाली आणि गतिशील होतं. ते ऊर्जेनं ओथंबून जातं. प्रचंड परिवर्तनांमधून आणि अनपेक्षित परिस्थितींमधून जात असलेल्या जगात शांतपणे परिवर्तनाचा स्वीकार करणं ही गोष्ट महत्त्वाची ठरते. मोठमोठ्या धोकादायक साथींच्या रोगांच्या आणि भीषण आर्थिक घसरणींच्या काळात होणाऱ्या परिवर्तनांचा शांतपणे स्वीकार करण्याची प्रवृत्ती तुमच्या जाणिवेतच रुजलेली असणं आवश्यक असतं. याच्यातूनच स्पष्टतेनं आकलन करून घेण्याची आणि सर्वोच्च प्रमाणात जागृत झालेल्या आपल्या ऊर्जांच्या साहाय्यानं कृती करण्याची व्यक्तीची क्षमता विकसित होते, त्यामुळे व्यक्ती परिवर्तनाशी तातडीनं जुळवून घेऊ शकते आणि आपल्या वैयक्तिक प्रभावात कमालीची वाढ करते.*

गीता ही मूलभूतरीत्या परिवर्तनाच्या तत्त्वाविषयी भाष्य करते. कृष्ण अत्यंत स्पष्टपणे अर्जुनाला असं सांगतो की, सर्व गोष्टी गतिशील आहेत. *गतिशीलता* हा अस्तित्वाचा अंगभूत गुणधर्म आहे. कोणतीही गोष्ट स्थिर, निश्चल नाही. फक्त परिवर्तनाच्या मूलभूत तत्त्वाला समजून घेऊनच आपण सर्व परिवर्तनांशी जुळवून घेण्याची क्षमता प्राप्त करून घेऊ शकतो, त्यामुळेच मूळ स्थितीतील सर्व विस्कळितपणा आपण अत्यंत शांतपणे सहन करू शकतो.

सर्व स्तरांवरच्या नेत्यांसाठी ही एक अत्यंत महत्त्वाची शिकवण आहे. ती आत्मसात करून नेते स्वतःकरिता आणि ते नेतृत्व करत असलेल्या लोकांकरिता उच्चतर कामगिरी करू शकतात. आपली आणि जनतेची प्रगती व भरभराट घडवून आणू शकतात. गतिशील परिवर्तनाला समजून घेतल्यामुळे, नेत्यांना महत्त्वाच्या क्षणी निर्णय घेताना, परिस्थितीला कलाटणी देणाऱ्या महत्त्वाच्या मुद्द्यांचा अंदाज येऊ शकतो, त्यामुळे केव्हा निर्णय घेतला पाहिजे हे त्यांच्या लक्षात येतं. या सर्व गोष्टींच्या साहाय्यानं त्यांना यशाच्या महान संधी मिळवणं शक्य होतं.

परिवर्तनाला समजून घेतल्यामुळे अनासक्त, निष्काम आणि गतिशील कर्माची निर्मिती होते. *काय होईल आणि काय होणार नाही* याविषयीच्या भीतीवर मात करता येते. कृष्ण अर्जुनाला सांगत असलेल्या कर्मयोगाचा हाच गाभा आहे. कृष्ण अर्जुनाला सांगतो, 'हे अर्जुना, आसक्ती, मोह सोडून देऊन कर्म कर. फळाची इच्छा न धरता, यशापयशाचा विचार न करता निष्काम कर्म कर!' या शिकवणुकीमुळे जे परिवर्तन घडू शकेल, असा विचार अर्जुन करत असतो, त्या परिवर्तनाचा स्वीकार करण्याची अर्जुनाची तयारी होते. जी परिस्थिती उद्भवेल तिला तोंड देण्यासाठी त्याची तयारी होते. गतिशील, निर्भय आणि आध्यात्मिकदृष्ट्या विकसित नेतृत्व घडवण्याचं हेच महान रहस्य आहे!

कोणतीही गोष्ट शाश्वत नाही. कोणत्याही भौतिक घटना– घडामोडीची किंवा फळाची शाश्वती नाही. ते सगळं मानवाहून अधिक महान असलेल्या शक्तीच्या हाती आहे; परंतु हे जाणून घेतल्यावरही आपण गतिशीलतेनं आणि आनंदानं सक्रिय कर्म केलंच पाहिजे. जीवनाविषयीचा आणि नेतृत्वाविषयीचा हाच खरा आध्यात्मिक दृष्टिकोन आहे. कृष्ण अर्जुनाला सातत्यानं याचाच उपदेश करतो; पण तो याच्याही पलीकडे जातो आणि

अर्जुनाला त्याच्या विश्वरूप दर्शनाच्या माध्यमातून वैश्विक परिवर्तनांचं दर्शन घडवतो. अनेक ताऱ्यांची, आकाशगंगांची, तेजोमेघांची सातत्यानं उत्पत्ती आणि लय सुरू असल्याचं तो दाखवतो. सजीवांच्या जन्म-मृत्यूच्या सातत्यानं सुरू असलेल्या चक्राचं दर्शन तो अर्जुनाला घडवतो. याचा अर्थ सगळ्याच गोष्टींमध्ये गतिशील परिवर्तन घडत असतं आणि हे परिवर्तन हीच यशाचीही गुरूकिल्ली आहे, हे समजून घेण्याचा गतिशील दृष्टिकोन नेत्याकडे असावा लागतो. ज्याप्रमाणे अर्जुनानं त्याची मनोरचना बदलली त्याप्रमाणे आपल्यालाही विविध गोष्टींविषयीची आपली मनोरचना बदलावीच लागते.

धर्म हा त्याच्या मूळ काळात अडकलेला आणि थिजून गेलेला असतो ही धर्माविषयीची समस्या असते. सांस्कृतिक परिवर्तनांशी जुळवून घेण्याइतका त्याचा विकास झालेला नसतो. धर्माच्या मूळ संस्थापकांनी ज्या काळात त्याचा उपदेश केलेला असतो, त्या कालानुरूप तो उपदेश अर्थपूर्ण असतो; परंतु त्याच्यातील काही तत्त्वं किंवा सिद्धान्त कालबाह्य झाल्यानंतरही तसेच टिकून राहिले असण्याची शक्यता असते म्हणून आपल्याला माहीत असलेल्या सगळ्या गोष्टी बदलल्याच पाहिजेत. मनानं पहिल्यांदा त्याचा दृष्टिकोन बदललाच पाहिजे आणि मग परिवर्तनाचा स्वीकार केला पाहिजे. त्यानंतर आपण व्यवहार्य, भौतिक जगातील बदलांशी किंवा परिवर्तनाशी जुळवून घेऊ शकू.

लोकांची नेहमीच त्यांच्या मनोरचनेत थिजून गेलेल्या जुनाट संकल्पनांमुळे दिशाभूल होते. पूर्वीच्या जुन्या दृष्टिकोनांमध्ये अडकून पडणं किंवा थिजलेल्या अवस्थेत राहणं याचा अर्थ मनात धारणांविषयीचा, आकलनांविषयीचा गतिशील प्रवाह नसणं असा होतो. तिथे नवीन आकलन नसतं. नेतृत्वविषयक अंतर्दृष्टीसाठी आणि नेतृत्वविषयक दूरदृष्टीसाठी जाणिवेच्या, जागृतीच्या ताज्या प्रवाहाची गरज असते. फक्त तर आणि तरच प्रत्येक क्षण हा अत्यंत तीव्रतेनं परिपूर्ण होतो. तर आणि तरच नेता म्हणून किंवा संघाचा (टीमचा) सदस्य म्हणून तुम्हाला समग्र आकलन होतं. तसं झालं नाही, तर तुम्ही जणू काही एखाद्या बेटावर अलिप्तपणे राहत असल्यासारखे वागता. जुन्या कल्पनांच्या आणि विचारांच्या तुरुंगात बंदिस्त असल्यासारखे जगता. तुमच्या स्वतःच्या संकल्पनांच्या बंधनातच जणू काही तुम्ही जखडले जाता. मानवाच्या बाबतीतील समस्या अशी आहे की, कित्येक सहस्त्रकांपासून आपण नंदनवनातील वास्तव्याच्या हमीवर विश्वास

ठेवून जगत आहोत. आपण काल्पनिक सुखी जीवनाच्या वचनाच्या हमीच्या आधारावर जगत आहोत. मृत्यूनंतर स्वर्गप्राप्ती होईल वगैरे अनेक कल्पनांचा त्यांत समावेश आहे; परंतु ही गोष्ट व्यवहार्य नाही, कारण तिच्यामुळे आपल्याला अस्तित्वाचा अत्यंत स्थिर, निश्चित आणि थिजलेला दृष्टिकोन मिळतो. प्रत्यक्षात अस्तित्व ही सातत्यपूर्ण सर्जनशीलता आहे. वास्तवाशी उत्तम प्रकारे जुळवून घेण्यास सक्षम होणं, याचा अर्थ अस्तित्वाच्या या सातत्यपूर्ण गतिशील प्रवाहाबरोबर पुढे जाणं, सर्जनशीलतेच्या दृष्टिकोनानुसार आपल्या दृष्टिकोनात बदल घडवून आणणं असा आहे.

म्हणून भूतकालीन कल्पनांना, मतप्रणालींना घट्ट धरून न ठेवणारे, त्यांचा तंतोतंत वापर न करणारे नेते हे उत्तम आणि अत्यंत स्वाभाविक नेते असतात. कोणत्या गोष्टी 'वर्ज्य किंवा निषिद्ध' आहेत आणि कोणत्या गोष्टींना 'परवानगी' आहे, या बंधनांचा स्वीकार न करणारे नेतेच नैसर्गिक नेते असतात. ते नेहमीच नियमांचा भंग करतात! ते भूतकालीन कल्पनांच्या, धारणांच्या विरोधात बंड करतात. आवश्यक असेल तर ते नैतिकतेच्या संहितेच्याही विरोधात बंड करतात. परिवर्तनात येणारा कोणताही मानसिक अडथळा ते झुगारून देतात. हीच गोष्ट आपल्या टीमच्या सदस्यांच्या मनांवरही बिंबवण्याचा ते प्रयत्न करतात आणि बिंबवतात. मात्र तरीही या सगळ्या गोष्टी ते अत्यंत शांतपणे करतात, कारण ते गंभीरपणे परिवर्तनाचा स्वीकार करत असतात.

कोणत्याही समाजाचा विकास होण्यासाठी, तो उत्क्रांत होण्यासाठी किंवा अगदी एखाद्या टीमचा किंवा राष्ट्राचासुद्धा विकास होण्यासाठी सकारात्मक परिवर्तनाचा स्वीकार करण्याच्या बाबतीत मोठ्या प्रमाणात जनजागृती व्हावीच लागते. आधी स्वीकारलेल्या रचनेच्या, शिस्तीच्या, पद्धतीच्या पलीकडे जाण्याकरिता जागृती होणं आवश्यक असतं. म्हणून ही गोष्ट मूलतः मनोरचनेतील बदलाविषयीची असते. आपल्याला इतक्या वेगवेगळ्या प्रकारच्या नैतिकता, सदाचरणं कोणी दिली आहेत? आपल्याला इतक्या विविध प्रकारच्या शिकवणी, ठाम मतप्रणाली कोणी दिल्या आहेत? त्या धर्मानं दिल्या आहेत. समाजानं दिल्या आहेत. त्यांच्यामुळेच आपल्याला नैसर्गिकपणे वागण्यापासून प्रतिबंध केला जातो. यातला गमतीचा भाग असा आहे की, फक्त मानव ही प्रजातीच मनोवृत्तींमध्ये अडकून पडते. निसर्गाला मात्र परिवर्तनाशी कसं जुळवून घेतलं पाहिजे ते व्यवस्थित माहीत असतं.

निसर्ग सातत्यानं उत्क्रांत होत जातो. त्याचा सातत्यानं विकास होत राहतो म्हणूनच निसर्गातील प्रजाती नामशेषही होतात ही गोष्टही लक्षात घेतली पाहिजे. याचा अर्थ जर माणसानं परिवर्तनाविषयीचा त्याच्या मनातील तिरस्कार आणि नापसंती दूर केली नाही, तर माणूससुद्धा नामशेष होऊ शकेल. परिवर्तनाचा धिक्कार करण्याऐवजी, त्याला विरोध करण्याऐवजी सर्व धर्मांनी त्याचं स्वागत केलं पाहिजेत. परिवर्तनाचा तिरस्कार करण्याच्याऐवजी सर्व समाजांनी परिवर्तनाचं स्वागत केलं पाहिजे. सकारात्मकपणे बदलणं किंवा सकारात्मक परिवर्तन घडवून आणणं हाच प्रागतिक विकास आहे. उत्क्रांती किंवा विकास म्हणजे तरी काय असतं – तर यात बाह्य उत्क्रांती, अंतर्गत उत्क्रांती, मनाची उत्क्रांती आणि जाणिवेतील उत्क्रांतीही समाविष्ट असते. बुद्धिमत्ता म्हणजे काय? अस्तित्वाची हमी मिळवण्यासाठी अधिक विद्वत्तेकडे, ज्ञानाकडे किंवा सुजाणतेकडे जाणं म्हणजे विकास किंवा उत्क्रांती होय; पण त्याबरोबरच सध्याच्या परिस्थितींना आणि आपल्याला तोंड द्यावं लागत असलेल्या आव्हानांना हाताळण्यासाठी अधिक महान बुद्धिमत्तेचा उदय होण्याची आवश्यकता असते. आपल्यासमोर हे आव्हानही आहे.

'परिवर्तनाला विरोध करणं सोडून दे,' असं कृष्ण अर्जुनाला अत्यंत स्पष्टपणे सांगतो. 'आपल्या जुन्या कल्पना, जुने विचार सोडून देऊन वैश्विक पातळीवर खऱ्या अर्थानं काय चाललं आहे त्याचं अत्यंत अचूकतेनं निरीक्षण कर,' असं तो अर्जुनाला सांगतो. सगळ्या गोष्टी कशा गतिमानतेनं प्रवाहित आहेत हे पाहण्यासाठी तो अर्जुनाला दिव्यचक्षू देतो. अंतर्दृष्टी देतो. ब्रह्मांडात सातत्यानं गतिमान उलथापालथी होत असतात. तिथे सतत गतिमान प्रवाह निर्माण होतात. फक्त या गतिमान उलथापालथींचं, गतिमान प्रवाहांचं सत्य स्वीकारलं, सगळ्या गोष्टी गतिमान प्रवाहात बद्ध आहेत हे मान्य केलं, तरच परिवर्तनाशी जुळवून घेता येण्याची थोडीफार आशा असते. ही गोष्ट एखादं नाटक पाहण्यासारखी असते. आपण एकाच प्रसंगाची एका पाठोपाठ पुनरावृत्ती करू शकत नाही. एका प्रसंगातून दुसरा प्रसंग निर्माण होतो आणि अशा प्रकारे प्रत्येक वेळी आधीच्या प्रसंगातून पुढच्या वेगळ्या प्रसंगाची निर्मिती होते. जीवनही असंच असतं. ब्रह्मांडही असंच असतं आणि हे वैश्विक अस्तित्वही असंच असतं. आपला स्वतःचा विकास आणि आपल्या विकासाविषयीच्या गरजाही अशाच असतात.

गूढ आणि आध्यात्मिक दृष्टिकोनाचा विचार करताना, शतकानुशतकांपासून आणि हजारो वर्षांपासून सर्व गूढवादी, अध्यात्मवादी द्रष्ट्यांनी काय ठासून सांगितलं आहे ते पाहण्याची गरज असते. आपल्या मानसिक स्थितींमध्ये, आपल्या सुखकारक क्षेत्रांमध्ये किंवा परंपरानिष्ठ, सनातनी विचारसरणीत आपण अडकून पडू नये, असं त्यांनी अत्यंत ठामपणे, निग्रहानं सांगितलं आहे. कारण, असं केल्यामुळे तुम्ही आध्यात्मिक विकासाच्या किंवा मानसिक विकासाच्या पुढच्या टप्प्यावर पोहोचू शकत नाही. आणखी एक गोष्ट लक्षात ठेवा. जाणिवेच्या क्षेत्रात असंख्य टप्पे असतात. कोणत्याही टप्प्यावर पोहोचल्यानंतर तुम्ही असं म्हणू शकत नाही की, 'मी आता हा प्रवास पूर्ण केला आहे. मी मुक्कामाच्या ठिकाणी पोहोचलो आहे.' अधिकाधिक उच्च पातळ्या पार करून जाणिवेच्या कित्येक अधिकाधिक उच्च क्षेत्रांपर्यंत आपण एका पाठोपाठ पोहोचत राहतो. त्याचप्रमाणे भौतिक पातळीवर एखाद्या अर्थपूर्ण गोष्टीपर्यंत पोहोचण्यासाठी, नवनवीन कल्पना लढवण्यासाठी, आपल्या टीमला अशा नावीन्यपूर्ण कल्पना लढवण्यासाठी मदत करण्यासाठी, सर्जनशीलतेनं काम करण्यासाठी आपल्याला विचार करण्याचे नवनवीन मार्ग शोधावेच लागतात. समस्यांकडे नवीन पद्धतीनं पाहावंच लागतं. जगाला आवश्यकता असलेलं हेच ते रहस्य आहे. हीच ती गुरूकिल्ली आहे. आज आपण त्या पातळीपर्यंत जागरूक होण्याची गरज आहे म्हणून कोणत्याही नेत्यानं 'सध्या कशाची गरज आहे?' ते पाहणं, त्याचा विचार करणं आणि त्याचं परीक्षण करणं ही प्राथमिक गोष्ट आहे. याविषयीच्या दूरदृष्टीच्या आधारावर त्याने 'त्या गरजेची परिपूर्ती करण्यासाठी' कशावर काम केलं पाहिजे किंवा नेमकं काय केलं पाहिजे ते शोधलं पाहिजे आणि त्यावर काम केलं पाहिजे.

प्रत्येक पिढीसमोर यंत्रणेतील काही भागांमुळे काही समस्या किंवा अडथळे निर्माण होतात आणि चांगल्या नेत्याला त्या समस्यांचं निराकरण कसं करावं हे माहीत असतं. १९६०च्या आणि १९७०च्या दशकांमध्ये जागतिक आण्विक आपत्ती आणि शीतयुद्धाचं राजकारण या समस्या होत्या. (यातूनच अमेरिकेत युद्धविरोधी प्रचाराला सुरुवात झाली.) १९८०च्या दशकात झटपट संगणकीकरणाची आणि जनतेपर्यंत तंत्रज्ञान पोहोचवण्याची समस्या निर्माण झाली. १९९०च्या दशकात जागतिकीकरणाची समस्या अधिक प्रमाणात निर्माण झाली आणि २०००च्या दशकात आपल्यासमोर

फक्त मानवी संघर्षच नव्हे, तर सार्वजनिक आरोग्य, परिसंस्था आणि पर्यावरण यांविषयीच्या समस्याही उभ्या ठाकल्या म्हणून प्रत्येक पिढी स्वतःबरोबर तिच्या काही समस्या आणि चिंता घेऊन येते आणि त्याबरोबरच त्या पिढीत शक्य तितक्या उत्तम प्रकारे त्या समस्यांचं निराकरण कसं करावं हे माहीत असलेले काही चांगले नेतेही उदयास येतात. आपल्या मनाच्या शांततामय अवस्थेत राहून ते या समस्यांचं निराकरण करतात. भूतकाळात काय माहीत होतं या गोष्टी ते बाजूला ठेवतात आणि नावीन्यपूर्ण कल्पनांच्या साहाय्यानं या समस्या सोडवतात. फक्त अशाच व्यक्ती नेता म्हणून भौतिक वर्तुळात, मानसिक वर्तुळात आणि आध्यात्मिक वर्तुळात आपल्या बहुआयामी क्षमतांचा परिपूर्ण वापर करून घेऊन काम करू शकतात.

प्रकरण २

आत्मजागृतीला प्रथम प्राधान्य द्या

***शिकवण** : अर्जुनाचे विचार निरुद्देशपणे, विनाकारणच इतस्ततः स्वैरपणे भरकटू नयेत, यासाठी कृष्ण त्याला अंतरात्म्यावर लक्ष एकवटण्यास आणि त्याचाच विचार करण्यास सांगतो, त्यामुळे बाह्य जगात धर्मयुद्ध करण्यासाठी आणि आध्यात्मिकदृष्ट्या आपल्या अंतरात्म्याच्या सत्याची जाणीव करून घेण्यासाठी त्याच्या जीवनशक्तीला तो विधायक पद्धतीनं दिशा देऊ शकतो. नेत्यांनी त्यांच्या अंतरात्म्यावर चित्त एकाग्र करणं आवश्यक असतं. ती त्यांच्या यशाची गुरूकिल्ली असते, कारण त्यामुळे जाणिवेचं शुद्धीकरण आणि सक्षमीकरण होतं. व्यक्तीनं निरुपयोगी चिंता करण्यात आणि विचार करण्यात आपली ऊर्जा वाया घालवणं योग्य नसतं. अंतरात्म्यावर चित्त एकवटल्यामुळे व्यक्ती अशा प्रकारे अकारण ऊर्जा वाया घालवत नाही. ती अधिक जाणीवपूर्वक आणि हुशारीनं, शहाणपणानं नेता म्हणून जे करण्याची गरज असते ते करण्यास सक्षम होते. ही गोष्ट विशेषतः आपत्तिजनक परिस्थितींमध्ये किंवा बिकट काळात महत्त्वाची असते. जादुई, करिष्मा असलेल्या आणि अत्यंत प्रभावशाली नेतृत्वाचं हेच रहस्य असतं. आकलन आणि आत्मज्ञान हाच गीतेतील नेतृत्वविषयक आणि यशविषयक शिकवणींचा भक्कम मूलभूत पाया आहे.*

आत्मजागृती हे प्रत्येक व्यक्तीचं प्रथम प्राधान्य असलं पाहिजे. आत्मजागृती करून घेणं म्हणजे तुम्ही कोण आहात, आध्यात्मिक पातळीवरचा तुमचा नेमका पाया किंवा मुळं काय आहेत हे जाणून घेण्यासाठी आपल्या ऊर्जेचा वापर करणं होय. जर या गोष्टी अचूकतेनं पार पडल्या तर तुमच्या आयुष्यातील प्रत्येक गोष्ट अचूकतेनं पार पडते. *आत्मज्ञान* करून घेणं हाच गीतेचा मध्यवर्ती संदेश आहे. तुम्ही करत असलेल्या कोणत्याही गोष्टी विलक्षण कौशल्यानं करण्याची ऊर्जा तुम्हाला आत्मज्ञानातून प्राप्त होते. तुम्ही योद्धा असाल, एखादा नेता असाल, एखाद्या क्षेत्रातील व्यावसायिक असाल - यांपैकी कोणत्याही क्षेत्रात तुम्ही निष्णात होण्यासाठी आवश्यक असलेली ऊर्जा तुम्हाला आत्मज्ञानातूनच प्राप्त होते. खऱ्या आत्मविश्वासाचे गुणधर्म ही नेतृत्वासाठी आवश्यक असलेली अत्यंत मूलभूत गोष्ट असते आणि खरा आत्मविश्वास हा सखोल आत्मजाणिवेतून किंवा आत्मजागृतीतूनच उत्पन्न होतो.

परंतु सहसा नेहमीच पद, सत्ता, महत्त्वाकांक्षा आणि कामगिरी ही व्यक्तीची प्रथम प्राधान्यं असतात आणि अर्थातच ती आत्मजागृतीहून पूर्णपणे भिन्न असतात.

म्हणून व्यक्तीची महत्त्वाकांक्षा व उद्दिष्टं आणि आत्मजाणीव यांच्यामध्ये मोठी तफावत असते. ज्या वेळी ही तफावत खूपच मोठी असते, त्या वेळी एका अंधाच्या मार्गदर्शनाखाली निघालेल्या दुसऱ्या अंधासारखी व्यक्तीची अवस्था होते. आत्मजागृती करून घेण्यासाठी आपल्या ऊर्जेचा समग्र उपयोग करून घेण्यावर काम करणारे किती नेते तुम्हाला माहीत आहेत? अगदी हाताच्या बोटांवर मोजता येण्याइतकेच; परंतु जे असं करतात, ते महान नेते होतात. असेच योद्धे खऱ्या अर्थानं महान योद्धे होतात.

कृष्ण अर्जुनाला सातत्यानं स्वधर्म पालनाची, स्वतःच्या खऱ्या प्रकृतीची किंवा स्व-भावाची आणि स्वधर्मातून कर्म करण्याची आठवण करून देत राहतो. ते प्रथम प्राधान्य आहे. त्याच्या साहाय्यानं केली जाणारी प्रत्येक गोष्ट सखोल पद्धतीनं यशस्वी होते म्हणून हा आत्मजागृतीच्या आणि आत्मज्ञानाच्या शोधासाठी पूर्णपणे खुले असण्याचा आणि त्यात पूर्णपणे गुंतून जाण्याचा प्रश्न आहे. अशा प्रकारे, तुमच्या अंगभूत आणि अंतरात्म्यातील सखोल ऊर्जांना जागृत करणं यासाठीच माणसानं सर्वशक्तिनिशी प्रयत्न केले पाहिजेत.

आपल्या स्वत्वाच्या गाढ विकासाला व्यक्तीचं सर्वोच्च प्राधान्य असलं पाहिजे आणि व्यक्तीचा आत्मविकास हेच गीतेचं उद्दिष्ट आहे. आत्मविकास हे स्वत्वाच्या प्राधान्याकडे परत येण्याचं प्रतीक आहे. अंतर्ज्ञानाची अंतर्दृष्टी विकसित करण्याचं ते प्रतीक आहे. ज्या वेळी तुम्ही अंतर्ज्ञानाची अंतर्दृष्टी विकसित करता, त्या वेळी ती अंतर्दृष्टी एखाद्या लेसर किरणांच्या झोतासारखी अत्यंत शक्तिशालीपणे सर्व अडथळे पार करून पलीकडे जाते.

कुरुक्षेत्राच्या रणांगणावर फक्त अत्यल्प लोकांनीच असा आत्मशोध घेतला होता. उर्वरित सर्वच जण पदासाठी, जिंकण्यासाठी आणि तत्सम अनेक गोष्टींसाठी लढत होते; परंतु जर कोणत्याही कार्याची प्रारंभीची गोष्टच अचूक नसेल, तुमचं उद्दिष्टचं चुकीचं असेल, तर महत्त्वाकांक्षेची सगळी दिशाच चुकते. प्रवासाच्या प्रारंभी तुम्ही चुकीच्या दिशेनं चालायला सुरुवात केली, तर तुम्हाला खरोखरच्या मुक्कामाच्या ठिकाणी कधीही पोहोचता येणार नाही. दुसऱ्या शब्दांत, तुम्ही कधीही समाधान, परमानंद, आत्मजागृती ही तुमच्या जीवनाची खरी उद्दिष्टं खऱ्या अर्थानं प्राप्त करू शकणार नाही.

कृष्ण अर्जुनाला या सर्वोच्च प्राधान्याकडे परत आणतो. समग्रतेचा विचार केला, तर अर्जुन हे मानवतेचं फक्त एक प्रतीक आहे. आपण सर्वांनीच काय केलं पाहिजे, त्याचं अर्जुन प्रतिनिधित्व करतो; परंतु आपण सर्वच जण निरर्थक गोष्टींमध्ये गुंतलेले आहोत. आपली मनं आपल्या समोर चिंतेचे विचार निर्माण करतात. आपल्या मनात भीतीचे, एखाद्या गोष्टीला जिंकून घेण्याचे विचार निर्माण होतात आणि आपण त्यांच्यामध्ये गुंतून पडतो. आपण या विचारांमध्ये इतके लिप्त होतो की, त्यामुळे आपण स्वधर्मापासून अधिकाधिक दूर जातो. याचाच अर्थ आपल्या स्व-भावाच्या, आपल्या प्रकृतीच्या प्रतिष्ठेपासून, महनीयतेपासून आपण दूर जातो. आपण स्वधर्मापासून दूर जाणं याचा अर्थ आपण जीवनाच्या अर्थापासून आणि उद्दिष्टापासून दूर जाणं असा असतो. खरा आध्यात्मिक हेतू नसलेल्या नेतृत्वातून कोणतीही लाभदायक गोष्ट निर्माण होण्याची अपेक्षा बाळगता येत नाही.

माणसाच्या सगळ्या चांगल्या, सकारात्मक अंतःप्रेरणा आत्मजागृतीच्या शोधातून निर्माण होतात. त्यांच्यामुळे तुमची अंतर्दृष्टीची जाणीव प्रबळ होते. तुमची समरसतेची आणि आत्मशक्तीची जाणीवही अधिक प्रबळ होते. तुमच्याकडे अंगभूत आणि गूढ आत्मशक्ती नसेल, तर तुमच्याकडे खरी सत्ता किंवा शक्ती नसते. जर आत्मशक्तीचा अभाव असेल, तर तुमच्या संपूर्ण

आयुष्यात गोंधळ निर्माण होतो. बहुतांश नेते त्यांच्या लोकांना, त्यांच्या टीमना, त्यांच्या समाजांना, त्यांच्या राष्ट्रांना आणि त्यांच्या समुदायांना अधिकाधिक संभ्रमाच्या परिस्थितीत नेत असल्याचं तुम्हाला दिसून येतं. ते त्यांना संभ्रमित करतात. त्यांनी वाळूत हवेल्या आणि मनोरे उभारलेले असतात. वाळूवर उभारलेलं घर (येशूनंही असंच म्हटलं आहे.) हे निश्चितपणे कोसळणारच असतं. आत्मजाणिवेच्या भक्कम खडकाच्या पायावर तुमच्या घराची उभारणी करा. तुम्ही असं केलं तर खऱ्या अर्थानं टीमचा एक सदस्य आणि एक नेता म्हणूनही तुम्ही खरोखरचं समाधानकारक जीवन जगाल.

गीतेचा संपूर्ण उपदेश ऐकत असताना, अर्जुन सातत्यानं त्याच्या खऱ्या स्वभावाकडे, प्रकृतीकडे परत येत राहतो. तो जागृतीची सर्वोच्च शिखरं पादाक्रांत करण्यास सुरुवात करतो आणि मग त्याचं कर्म समग्रतेपर्यंत पोहोचतं, संपूर्ण होतं! आता त्याचं कर्म हे वैयक्तिक स्वत्व आणि त्याची संकुचित उद्दिष्टं यांच्या पलीकडे पोहोचतं आणि श्रेष्ठ, असामान्य होतं. ज्या वेळी तुमची जागृती तुमच्या वैयक्तिक स्वत्वाच्या पलीकडे जाते, त्या वेळी अधिक व्यापक परिमाणात तिला अर्थ प्राप्त होऊ लागतो. ती समाजासाठी अर्थपूर्ण होऊ लागते, ती इतरांसाठी अर्थपूर्ण होऊ लागते. त्यानंतर तुम्ही नैसर्गिक नेतृत्वाची भूमिका धारण करता, कारण तुमच्या कृतींचा, कर्मांचा इतरांवर अधिक परिणाम होतो. अन्यथा, तुम्ही नेते कसे काय होऊ शकाल? ही गोष्ट रणांगणावर असलेल्या सेनाधिकाऱ्यासारखी असते. आपल्या स्वतःच्या महत्त्वाकांक्षेला खतपाणी घालणं आणि तिचं पोषण करणं हे सेनाधिकाऱ्याचं कार्य नसतं, तर आपल्या सैन्यदलाला मार्गदर्शन करणं हे त्याचं कार्य असतं. तेच त्याचं उद्दिष्ट असतं. त्याने संपूर्ण सैन्याला एकत्रीतपणे प्रेरणा देणं आवश्यक असतं. ज्या वेळी त्याची ऊर्जा सर्वांच्या हिताच्या कामात गुंतवली जाते, फक्त त्याच वेळी त्याच्या कृतीतून सर्वांसाठी विजय मिळवला जातो.

म्हणून याच्यातून मिळणारा अत्यावश्यक धडा असा आहे की, आपण आपल्याला, आपल्या स्वतःच्या जीवनाला, आपल्या अस्तित्वाला अधिक चांगलं करण्यासाठी त्यावर काम केलंच पाहिजे. ज्या वेळी तुम्ही स्वतःवर अत्यंत कळकळीनं आणि प्रामाणिकपणानं काम करता, त्या वेळी इतर सर्व कामांची आपोआपच परिपूर्ती होते, कारण ती सगळी तुमच्या अंतरात्म्याच्या जीवनशक्तीतूनच पूर्ण होतात. एक गोष्ट लक्षात ठेवा. आत्मजाणीव होणं

याचा अर्थ कर्माचा त्याग करणं असा होत नाही. खरं म्हणजे त्याचा अर्थ तुम्ही काहीही करत असलात तरी त्याच्या तळाशी जाणिवेचा अंतःप्रवाह, सुप्त विचार असतो असा आहे, त्यामुळेच तुम्हाला दक्षतेनं काम करता येतं. तुम्ही एखाद्या आव्हानाला तोंड देत असाल, तुम्ही नेटवर्किंग करत असाल, इतरांशी संपर्क साधत असाल किंवा कुठल्याही प्रकारचं कुठलंही काम करत असाल तरीही त्या वेळी तुमच्याकडे हा अंतःप्रवाह असतो असा याचा अर्थ आहे. तुम्ही काय करत आहात, कोणत्या प्रकल्पावर काम करत आहात याने काहीही फरक पडत नाही. तुम्ही काहीही करत असलात तरी त्या वेळी पृष्ठभागावर सुरू असलेल्या त्या कृतीच्या तळाशी तो आत्मजागृतीचा, आत्मस्मृतीचा अंतःप्रवाह असतोच. आपल्या मनाचा ९० टक्के भाग हा अर्धबोधावस्थेत आणि सुप्तावस्थेत असतो, हे आपल्याला माहीत आहे. या अर्धबोधावस्थेतील आणि सुप्तावस्थेतील आपल्या भागांना सक्रिय करणं हा आत्मजागृती करण्याचा साधा अर्थ आहे. ज्या वेळी आपण त्याला सक्रिय करतो, त्या वेळी पृष्ठभागावर किंवा भौतिक पातळीवर आपण जे काही करत असतो त्याला आपल्या समग्र ऊर्जेचा लाभ होतो.

आपली अंतर्गत सक्रियता आपल्या बाह्य सक्रियतेचं पोषण करते. मन आणि आत्मा सर्व कृतींना, कर्मांना आकार देतात. ज्या वेळी अंतरात्मा अधिक आत्मजागृतीसह बाह्य सक्रियतेचं पोषण करतो, त्या वेळी बाह्य कृती अधिक गतिमान होते; पण ती फक्त अधिक गतिमानच होत नाही, तर तिच्यात अधिक संवेदनशीलतेनं आणि अंतर्दृष्टीनं ऊर्जेची गुंतवणूकही झालेली असते.

महान व्यक्ती किंवा महान नेता कोण असतो? आपण करत असलेल्या गोष्टींकरिता आपल्या अंतर्यामीच्या अधिक गहन पातळ्यांना सक्रिय करू शकणारी व्यक्ती ही महान व्यक्ती असते. आपल्या अंतर्गत जागृतीला आपण भौतिक पातळीवर करत असलेल्या कामासाठी सक्रिय करण्याच्या कृतीतून अधिक महान गुणधर्माचा आणि उद्दिष्टाचा विकास होऊ लागतो. तुमच्या समग्र ऊर्जेत परिवर्तन घडून येतं मग कोणत्याही गोष्टी यांत्रिकपणे करण्याच्याऐवजी तुम्ही त्या तळमळीनं, जीव ओतून करू लागता आणि ज्या ठिकाणी अशी उत्कट इच्छा, तळमळ असते तिथे उत्कृष्टता, श्रेष्ठता आणि असामान्यत्व येतंच.

प्रकरण ३

संतुलित जाणीव विरुद्ध विस्कळित जाणीव

शिकवण *: संतुलन हा खरं यश आणि महान नेतृत्व यांचा पाया असतो. संतुलित असण्यातून एक प्रकारची निश्चिंतता सूचित होते, हे खरं आहे. मात्र तरीही त्याच्यातून कोणत्याही परिस्थितीत न घाबरण्याची, अंतःप्रेरणेतून निर्माण झालेली जागरूक राहण्याची क्षमताही सूचित होते. तुमच्या अंतरंगात ऊर्जेच्या शांत विद्युतजनित्राची निर्मिती झाल्याचंही ध्वनीत होतं. त्या जनित्रात तुमच्या भावना आणि विचार हे निश्चल अवस्थेत असतात. कितीही प्रतिकूल परिस्थिती असल्या किंवा कितीही अडचणी आल्या तरी उत्स्फूर्तपणे उत्साही, आशावादी असणं आणि मित्रत्वाचा दृष्टिकोन बाळगणं ही संतुलन निर्माण करण्याची गुरूकिल्ली आहे. तिच्यामुळे अधिक उच्च गुणवत्तेचं जीवन प्राप्त होतं आणि नेतृत्वातही अधिक उच्चतर यश मिळतं.*

आपल्या जागृतीला *संतुलित राखणं* ही खरं यश मिळवण्याची आणि प्रभावी नेतृत्वाची क्षमता प्राप्त करण्यातील, या गोष्टींना समजून घेण्यातील एक महत्त्वाची गोष्ट आहे. खरं म्हणजे गीतेची ही एक मध्यवर्ती कल्पनाही आहे.

आपल्या जाणिवेला, चेतनेला पूर्णपणे संतुलित, शांत, निश्चल, सुव्यवस्थित आणि नियंत्रित ठेवणं हा गीतेतील महत्त्वाचा मुद्दा आहे.

गीतेच्या सुरुवातीला अर्जुन ज्या प्रकारच्या जाणिवेचं प्रदर्शन करतो ती बरोबर याच्या विरुद्ध प्रकारची जाणीव आहे. क्षुब्ध, गोंधळ उडालेली, मानसिकदृष्ट्या विस्कळित, अशा प्रकारची ती जाणीव आहे. त्याची चेतना, त्याची जाणीव ही उत्तेजित आहे. तो मानसिक द्वंद्वात अडकलेला आहे. रणांगणावरील ज्या योद्ध्याला इतरांसमोर आपलं उदाहरण घालून द्यायचं असेल, अशा योद्ध्यानं संतुलित जाणिवेचंच प्रदर्शन केलं पाहिजे हे अगदीच स्पष्ट आहे. युद्ध जिंकून आव्हानावर मात करणं हे हाती घेतलेलं काम पूर्ण करण्याच्या दृष्टिकोनातून तर आवश्यक असतंच; पण शिवाय त्यामुळे त्याच्या टीमच्या सदस्यांच्या म्हणजे या ठिकाणी अर्थातच त्याच्या सहयोद्ध्यांच्या दृष्टिकोनातूनही अशा व्यक्तीला मोठाच आदर आणि सन्मान प्राप्त होतो. कृष्ण अर्जुनाला सातत्यानं संतुलन प्राप्त करण्याचा उपदेश करत आहे. तो त्याला अंतर्यामी शांततेचा शोध घेण्यास सांगत आहे. त्याच्या मनात उत्पन्न झालेल्या क्षोभापासून त्याने स्वतःची सुटका करून घ्यावी, असाही तो त्याला उपदेश करत आहे, कारण फक्त याच एकमेव मार्गानं आपलं अंतर्यामातून सकारात्मक पोषण होऊ शकतं. आता, अर्जुनाचं असं अंतर्यामातून सकारात्मक पोषण झालं असतं, तर तो उचित प्रकारे कर्म करण्यास सक्षम झाला असता.

संतुलित जाणिवेतून जे काही घडतं त्याचा संबंध अचूकतेशी असतो. गोंधळलेल्या, क्षोभयुक्त जाणिवेचा संबंध सदोषपणाशी, अचूकता नसण्याशी असतो आणि अशा कृतीतून आपत्तिजनक फलनिष्पत्ती होते म्हणूनच कृष्ण अर्जुनाला असं स्पष्टपणे दाखवून देतो की, तो इतक्या क्षुब्ध, त्रस्त मनःस्थितीत आणि गलितगात्र अवस्थेत राहिला, तर त्याच्या बरोबरच्या योद्ध्यांच्या नजरेतून तो उतरेल. ते त्याचा अनादर करू लागतील. शिवाय तो स्वतः एकाग्रतेनं आपल्या उद्दिष्टावरच लक्ष केंद्रित करण्याच्या अवस्थेपर्यंतही पोहोचू शकणार नाही. कर्म समग्रतेनं, परिपूर्णतेनं पार पाडण्यासाठी व्यक्तीला आपल्या मार्गात येणाऱ्या कोणत्याही परिस्थितींना तोंड देता आलं पाहिजे आणि त्याकरिता तिच्याकडे समग्र संतुलित जाणीव असली पाहिजे, त्यामुळे ती कोणत्याही गोष्टीमुळे विचलित होणार नाही. ही गोष्ट दोन बाजूच्या संतुलित खांबांना घट्ट बांधण्यात आलेल्या दोरीवरून तोल सावरत चालण्यासारखी असते. त्या व्यक्तीला त्या संपूर्ण दोरीवरून चालत जायचं असतं आणि तिच्या समोरच्या आव्हानावर मात करायची असते; परंतु जर

तिची मनोवस्था क्षुब्ध किंवा त्रस्त झाली, तिच्या मनात संभ्रम निर्माण झाला, तर ती त्या उंचावरून खाली कोसळेल, हे निश्चित असतं म्हणून कृष्ण अर्जुनाला असा इशारा देतो की, फक्त मनाच्या क्षुब्धावस्थेमुळे त्याच्या अंतर्यामी असलेल्या सगळ्या चांगल्या गोष्टी तो गमावून बसेल.

मन संतुलित असणं याचा अर्थ परिस्थितीकडे पूर्वग्रहदूषिततेतून न पाहता, तटस्थपणे पाहण्यास सक्षम असणं असा आहे. पूर्वअटी किंवा मानसिक अगर भावनिक पूर्वग्रह यांच्या धुक्याला दूर सारून परिस्थितीकडे संपूर्ण जाणिवेतून पाहिलं पाहिजे. ही मानसिकता केवळ रणांगणावरील योद्ध्याकडेच असली पाहिजे असं नाही, ती कोणतंही कार्य करत असलेल्या कोणत्याही काळातील कोणत्याही नेत्याकडे असली पाहिजे, कारण या मानसिकतेमुळेच व्यक्तीचं आणि समाजाचंही कल्याण होऊ शकतं. अन्यथा, व्यक्ती क्षुब्ध होते, व्याकूळ होते आणि या परिस्थितीत तिच्या अंतर्गत स्थितीत गोंधळ निर्माण होतो. ती विस्कळित होते. आपल्या अंतर्गत मानसिक-आध्यात्मिक अवस्थेत क्षोभ निर्माण झाला की आपल्या भौतिक कृतींमध्येही तसाच क्षोभ आणि गोंधळ निर्माण होतो.

मन कसं कार्य करत आहे, ते पाहा. तुमच्या स्वतःच्या मनाचं निरीक्षण करा. ते संतुलित आहे का? ते संतुलित असेल तर कोणतंही आव्हान समोर आलं तरी काहीच हरकत नाही. तुम्ही श्रेष्ठ जाणिवेच्या साहाय्यानं अगदी आनंदानं त्या आव्हानाला सामोरे जाऊ शकाल. श्रेष्ठ जाणीव याचा अर्थ अनावश्यक गोष्टींना दूर करणं आणि काम पूर्ण करण्यासाठी जे करण्याची खरोखरच गरज असेल, त्या गोष्टींवर लक्ष एकवटणं असा आहे. इच्छित फलनिष्पत्ती मिळवण्यासाठी आपल्या टीमला समग्र कृती करण्यासाठी तयार करणाऱ्या एका नेत्याकरिता ही गोष्ट अत्यंत महत्त्वाची असते; परंतु परिपूर्ण एकाग्रतेसाठी, एकवटलेल्या चित्ताला एखाद्या लेसर शलाकेसारखं तीक्ष्ण आणि सक्षम करण्यासाठी त्या कार्याशी मनाचं तादात्म्य निर्माण व्हावं लागतं. जर मानसिक प्रवाहाची आपल्या कार्याशी निर्माण झालेली तादात्म्यता नाहीशी झाली, तर त्या कामाची दिशाही हरवून जाते. ऊर्जा गमावली जाते. त्यानंतर सारं कार्य विस्कळित होऊन जातं. अशा वेळी वाळूवर पाणी ओतल्यासारखी परिस्थिती निर्माण झालेली असते. तुम्ही कितीही पाणी ओतत राहिलात तरी तिथे पाण्याचा प्रवाह निर्माण होत नाही.

म्हणून आत्मजाणिवेला एखाद्या स्पष्ट मार्गासारखी तयार करा. त्या स्पष्ट मार्गावरून एक स्वच्छ आणि गतिशील प्रवाह निर्माण होईल. ज्या वेळी जाणिवेची ऊर्जा गतिशील स्पष्टतेनं वाहू लागते, त्या वेळी तिला रोखणं निव्वळ अशक्य असतं. ती अजिंक्य असते. त्यानंतर व्यक्ती कसंही करून एकदाचं संपवून टाकायचं म्हणून ते काम करत नाही. तर ते काम ती आंतरिक अत्यानंदाच्या अनुभूतीसाठी करते, आंतरिक अर्थपूर्णतेच्या, आत्मसंतुष्टीच्या भावनेसाठी करते. ज्या वेळी हे घडतं, त्या वेळी फक्त त्या व्यक्तीवर तर त्याचा परिणाम होतोच; पण त्याशिवाय ती नेतृत्व करत असलेल्या संपूर्ण टीमच्या समग्र कामावरही त्याचा परिणाम होतो. त्यानंतर लोकांच्या मनात आशा निर्माण होते. त्यानंतर लोकांना असं वाटू लागतं की, 'होय. याच गोष्टीत आपण आपल्या समग्र समर्पणाचा आणि ऊर्जेचा वापर करून यशस्वीपणे काहीतरी करू शकतो.'

जर टीमकडून एखाद्या गोष्टीकरिता संपूर्ण समर्पणाचा आणि समग्र ऊर्जेचा वापर करण्यात आला, तर त्या कामातून एखादी चांगली फलनिष्पत्ती झालीच पाहिजे. कदाचित, तुमची टीम युद्धात हरू शकेल; परंतु तरीही तुम्ही युद्ध जिंकू शकता. फळाची चिंता करू नका. नेमके काय परिणाम होतील, याची चिंता करत बसू नका. तुमच्यामध्ये जी संतुलनाची भावना निर्माण करण्याची गरज आहे, तिला कसं निर्माण करता येईल याची चिंता करा. कारण, या संतुलनाच्या भावनेमुळेच सर्व नेत्यांच्या जाणिवेत बदल घडून येतो. हे जागृतावस्था आणि निद्रितावस्था या अवस्थांमधील फरकासारखंच असतं. निद्रावस्थेत मन इतस्ततः भरकटत राहतं. ते स्वप्नं पाहतं आणि वेगवेगळ्या गोष्टींच्या कल्पना करत राहतं. तुम्हाला दुःस्वप्न पडू शकतं; परंतु तुम्ही खरोखरचे जागे असाल तर तुम्हाला दुःस्वप्नाचा त्रास होणार नाही, कारण तुम्हाला वास्तविकता काय आहे ते माहीत असतं. शिवाय या अवस्थेत स्वप्न ही तुमच्या कल्पनेची एक भरारी असते हेही तुम्ही जाणून असता. बहुतांश समस्या या प्रत्यक्षात आपल्या कल्पनेच्या भराऱ्याच असतात; पण हे समजण्यासाठी त्या कल्पनांना सोडून देता येईल, त्यांचं विस्मरण होईल, तुमच्या समोरच्या क्षणांवर व तुमच्याकडे असलेल्या संसाधनांवर तुम्हाला लक्ष केंद्रित करता येईल आणि तुम्हाला जास्तीत जास्त प्रयत्न करता येतील अशा अवस्थेत तुम्ही असणं आवश्यक असतं.

रणांगणावरील अत्यंत महान सेनापतींनी अशा प्रकारचं संतुलन दाखवून दिलं आहे. क्रीडांगणांवरील महान खेळाडूंनी अशा प्रकारचं संतुलन दाखवून दिलं आहे. याचा फक्त बुद्धिमत्तेशीच संबंध नाही, तर ज्या परिस्थितीत मनाचे नकारात्मक पैलू नष्ट होतात, मनाची क्षुब्धता विरघळल्यासारखी नाहीशी होते, अशा परिस्थितीशी याचा नेमकेपणानं संबंध आहे. अशा परिस्थितीत पोहोचण्याची क्षमता असली तर अशी महान कार्यं घडून येतात.

अर्जुनाला भगवत्गीतेचा उपदेश करण्यात आल्यानंतर हळूहळू त्याच्या सगळ्या शंका-कुशंका नष्ट होऊ लागल्या. मनाला सुव्यवस्थित आणि नियंत्रित करण्याच्या अवस्थेपर्यंत तो पोहोचला आत्मनियंत्रणाची ही अवस्था हीच सर्जनशील अवस्था असते. याच अवस्थेतून चांगल्या गोष्टी घडतात. तुमच्या जाणिवेत विस्कळितपणा, गोंधळ असेल तर तुम्ही सकारात्मक पद्धतीनं गोष्ट घडू लागण्याची अपेक्षा कशी काय बाळगू शकाल? दैवानं अगदीच तुम्हाला संधी दिली, तर जास्तीत जास्त योगायोगानं तुम्हाला थोडंफार यश मिळू शकेल.

म्हणून संतुलनाचं तत्त्व हा पायाभूत सिद्धान्त आहे आणि तो सर्व गोष्टींना लागू होतो. विशेषतः नेतृत्वाला तो लागू होतो. आपल्या प्रयत्नांची गुंतवणूक मानसिक क्षोभात आणि विस्कळितपणात करून त्यांना निष्फळ ठरवू नका. त्याऐवजी संतुलन घडवून आणण्यात तुमच्या प्रयत्नांची, परिश्रमांची गुंतवणूक करा, कारण तुम्ही करत असलेली तीच उत्तम गुंतवणूक असते. अशा प्रकारे तुम्ही स्वतःच्या अंतःकरणातच अधिक खोलवर शिरता आणि त्या गहन खोलीपर्यंत रुजलेल्या सगळ्या नकारात्मकतांना मुळासकट उखडून फेकून देता. स्वतःला सरळ आणि स्वच्छ मार्गावर ठेवल्यामुळे तुम्ही टीमच्या अमर्याद, अथांग ऊर्जेपर्यंत पोहोचू शकाल आणि त्याहूनही महत्त्वाची गोष्ट म्हणजे स्वतःच्या अमर्याद ऊर्जेपर्यंतही पोहोचाल.

प्रकरण ४

खरोखरच्या उद्दिष्टपूर्तीसाठी बुद्धिमत्तेचा आणि आध्यात्मिक हार्दिकतेचा संगम घडवलाच पाहिजे

***शिकवण** : महान नेत्यांना एक अत्यंत महत्त्वाची शिकवण माहीत असते. आपल्या शांततामय आंतरिक भावनांना सक्षम विचारांशी कसं जोडावं हे त्यांना माहीत असतं. कृष्णाच्या पद्धतीनुसार, तो एकीकडे व्यक्तीच्या भावभावनांना आणि अनुभूतींना शांत करतो आणि दुसरीकडे व्यक्तीच्या मानसिक, शारीरिक, आत्मिक विचारांच्या आणि क्रियांच्या ऊर्जांना त्यांच्या सर्वोच्च उन्नत स्थानापर्यंत पोहोचवण्याचा प्रयत्न करतो. या ऊर्जांच्या मिश्रणातून तो अर्जुनाचं सक्षमीकरण करतो आणि रणांगणावरचा योद्धा म्हणून आपलं उदाहरण घालून देण्याइतपत त्याला सक्षम करतो. आपल्या स्वतःच्या नेतृत्वविषयक 'युद्धांच्या' आणि जीवनातील 'युद्धांच्या' किंवा आव्हानांच्या बाबतीत कसं वागावं, याची तो यातून शिकवण देतो. यामुळे व्यक्तीच्या जाणिवेत अंतर्गत तेजस्वीपणाची निर्मिती होते आणि ती एक करिष्मा असलेली नेता होते.*

भगवत्गीता हा एक अद्वितीय ग्रंथ आहे, कारण तो प्रत्येक पातळीवरच्या परिपूर्णतेविषयी भाष्य करतो. कर्माच्या बाह्य जगात आणि व्यक्तीच्या अंतर्गत विश्वात परिपूर्णता प्राप्त करून घेण्याविषयी तो कथन करतो. आपण कोणत्याही स्थानी असलो तरी आपण गतिमानतेनं कर्म करावं यासाठी तो नेहमीच *आत्मिक* आणि *भौतिक* समृद्धीवर भर देतो. गीतेत आपल्या अंतश्चक्षूला नेहमीच अस्तित्वाच्या आध्यात्मिक आणि गूढ पैलूंवर केंद्रित करण्यास सांगितलं गेलं आहे. आपल्या लक्ष्याची खरोखरची परिपूर्ती करण्यासाठी बुद्धी आणि हार्दिकता (हार्टफुलनेस) या दोन्ही गोष्टींचं एकत्रीकरण करावंच लागतं, हे गीतेतून सातत्यानं प्रतिध्वनीत होतं.

दुसऱ्या शब्दांत, आपल्या अत्यंत गहन, गाढ आध्यात्मिक प्रेरणांच्या साहाय्यानं आपल्या मानसिक प्रेरणांचं बळकटीकरण करण्याची आवश्यकता असते. फक्त त्यानंतरच आपल्याला खरोखरचं आणि वास्तविक यश मिळू शकतं. जगातील कार्यं करण्यासाठी बुद्धिमत्ता चांगली ठरते. काही वेळा अंतःकरणाच्या साहाय्यानं परिस्थितींचं आणि सभोवतालच्या स्थितींचं फारसं चांगलं मूल्यमापन करता येत नाही. विशेषतः नेत्यांच्या बाबतीत ही गोष्ट लागू पडते; परंतु एखाद्या गोष्टीचा अंतःकरणापासून बोध झाल्याशिवाय किंवा तिचा हार्दिक साक्षात्कार झाल्याशिवाय अंतर्दृष्टी प्राप्त होत नाहीत.

या जगात सक्रिय व्यक्ती आणि नेते म्हणून आपल्या भूमिका कशा पेलाव्यात हे सांगण्यासाठी या पवित्र ग्रंथातून हृदय किंवा अंतःकरण याच्या आधारे आणि बुद्धिमत्तेच्या आधारे कसं कार्य करावं हे सातत्यानं सांगण्यात आलं आहे. या दोहोंच्या मिलाफातून कार्य करण्याची भूमिका मांडण्यात आली आहे. कृष्ण सातत्यानं अर्जुनाला असं सांगतो की, त्याने दूरदृष्टीच्या समग्र दृष्टिकोनाचा वापर केला पाहिजे. त्यानंतरच कायापालट घडून येईल. त्यानंतरच जाणिवेत परिवर्तन घडून येईल; पण त्याच वेळी तो त्याला असंही सांगतो की, आपलं कर्म उचितपणे करणारा कर्ता म्हणून अर्जुनानं समाजासमोर एक उदाहरण ठेवलं पाहिजे म्हणून बुद्धीच्या प्रेरणा आणि हृदयाच्या गूढ आध्यात्मिक प्रेरणा अशा दोन्ही प्रकारच्या प्रेरणांमध्ये संतुलन राखण्याचा, त्यांच्यात समतोल साधण्याचा हा प्रश्न आहे. इथे हृदय हे एक रूपक आहे. हृदय या शब्दाचा इथला अर्थ आपलं भौतिक हृदय असा नाही, तर ही एक उच्च आध्यात्मिक अवस्था आहे, हा आपला अधिक उच्च असा स्व-भाव किंवा प्रकृती आहे.

मनाकडे प्रत्येक गोष्टीचं आकलन करून घेण्याची, तिला समजून घेण्याची क्षमता नसते. खरं म्हणजे आपल्याला येणारा अनुभव जितक्या अधिक प्रमाणात सूक्ष्म किंवा सुंदर असतो किंवा त्याच्यातून प्राप्त होणारी अनुभूती जितक्या अधिक प्रमाणात सूक्ष्म आणि सुंदर असते, तितकं त्या अनुभवातील किंवा अनुभूतीतील मनाच्या अंतर्दृष्टींच्या पातळीचं प्रमाण कमी असतं म्हणजेच सुंदर, सूक्ष्म पातळीवरच्या अनुभूतीमध्ये मनाच्या अंतर्दृष्टी कमी प्रमाणात असतात. आंतरिक प्रगाढ, सखोल जाणिवेइतके किंवा आपल्या अंतरात्म्याइतके आपल्या बुद्धीचे बाह्य स्तर समृद्ध नसतात. नेत्यांनी ही गोष्ट समजून घेणं अत्यंत महत्त्वाचं असतं. कित्येक लोक फक्त बुद्धीच्या बळावर नेतृत्व करतात, तर काही नेते अंतःकरणाइतका बुद्धीचा वापर करत नाहीत. ते भावनेबरोबर वाहत जातात; परंतु दोन्ही दृष्टिकोनांमुळे अखेरीस अंतिम सत्यापर्यंत पोहोचता येत नाही. बुद्धी आणि हार्दिकता (हार्टफुलनेस) यांच्या संतुलनाच्या साहाय्यानंच नेतृत्वाच्या अधिक सखोल रहस्यांचा शोध घेता येतो. आंतरिक समृद्धीचं प्रतिबिंब बाह्य समृद्धीमध्ये उमटलं पाहिजे आणि बाह्य समृद्धीचं प्रतिबिंब आंतरिक समृद्धीमध्ये उमटलं पाहिजे. याचाच अर्थ मनाच्या प्रगल्भतेची झलक बुद्धीत आणि बुद्धीच्या प्रगल्भतेची झलक मनात दिसली पाहिजे, अन्यथा या दोहोंपैकी एक भाग दुर्बल राहील.

बौद्धिक आणि आध्यात्मिक या दोन्ही पैलूंवर फक्त थोड्याच नेत्यांचं प्रभुत्व असतं. मग आध्यात्मिक प्रेरणा किंवा हार्दिक प्रेरणा याचा काय अर्थ आहे? तुमच्या मनात सत्य समजून घेण्याची उत्कट इच्छा असली पाहिजे, असा याचा मूलभूत अर्थ आहे. कृष्ण अर्जुनाला हेच सांगतो. तू अत्यंत तळमळीनं आणि निर्धारपूर्वक सत्याचा शोध घेतला पाहिजेस. तुझ्याकडे शोध घेण्याची कमालीची तृष्णा असली पाहिजे. त्यानंतरच तुझा अंतरात्मा जागृत होईल. त्यानंतरच तुला अधिक सखोल सत्याचं मूल्यमापन करणं शक्य होईल. अधिक सखोल सत्याचं मूल्यमापन करण्याची, त्याला पारखण्याची क्षमता हीच महान नेत्यांची खरी ओळख असते. ही क्षमता नसेल, तर वस्तुनिष्ठ सत्याची अंतर्दृष्टी असलेला नेता म्हणून तुमचा विकास होत नाही. तुम्ही स्वप्नांत जगता म्हणून वस्तुनिष्ठ सत्याला जसंच्या तसं जाणून घेणं ही पहिली पायरी आहे. त्यानंतरच तुम्ही गतिशीलतेनं कर्म किंवा तुमचं कार्य करू शकता.

म्हणूनच चांगल्या नेत्याला खऱ्या अर्थानं फक्त बुद्धिमत्तेचेच 'डोळे' उघडे ठेवून नव्हे, तर त्याबरोबरच 'हृदयाचे किंवा आत्म्याचे - ज्ञानाचे डोळे' उघडे ठेवूनही सर्व परिस्थितींमधून जावं लागतं. हाच तो छुपा डोळा असतो. त्यालाच भारतीय गूढवादी ज्ञानचक्षू किंवा 'तिसरा डोळा' असं म्हणतात. या संज्ञेतून आपली अधिक सखोल अंतःप्रेरणात्मक बुद्धिमत्ता-जाणीव सूचित होते. सर्व गोष्टींविषयीची आपली दूरदृष्टी ही तिथूनच सुरू होण्याची गरज असते. दुसऱ्या शब्दांत, अशा प्रकारे आपण अधिक सखोल पातळीवरचे निरीक्षक होतो. अधिक समावेशक, अंतर्दृष्टी असलेला निरीक्षक म्हणून आपण कार्य करू लागतो.

गीतेत कृष्ण अर्जुनाला हेच समजावण्याचा प्रयत्न करत आहे की, मूलतः संपूर्ण अस्तित्व ही दिव्य चैतन्यानं ओतप्रोत भरलेली एक गूढ प्रक्रिया आहे आणि कृष्ण त्या गूढ चैतन्याचं प्रतिनिधित्व करतो; परंतु जीवन नावाच्या या गूढ घटनेच्या रहस्याचा भेद करण्यासाठी आपल्याला अधिक महान वास्तविकतेला आपलं मन समर्पित करावं लागेल. प्रत्यक्षात ही समर्पणाची, त्यागाची संकल्पना हाच संपूर्ण गीतेचा मूलाधार आहे. आपल्या लहान-लहान बौद्धिक विचारांचा, कल्पनांचा त्याग केला पाहिजे. आपल्या अंतर्यामी, आपल्या पिंडात एक संपूर्ण ब्रह्मांड सामावलेलं आहे, याची जाणीव करून घेतली पाहिजे. जे जे आहे ब्रह्मांडात, ते ते सारं पिंडात असं म्हटलं जातं. खरं म्हणजे या अंतर्यामीच्या विश्वाकडेच आपल्या हृदयाचा ओढा असतो. त्याच्याकडेच तुमच्या धर्माचा, श्रद्धेचाही ओढा असतो म्हणून खरं तर हा आपल्या मूल्यवान स्व-भावाचा पुनर्शोध असतो आणि संपूर्ण गीतेतून आपल्या अंतर्यामीच्या या छुप्या क्षमतेचा पुनर्शोध कसा घ्यावा याची शिकवणूक देण्यात आली आहे.

परमात्म्याचा वास फक्त आपल्या बुद्धिमत्तेतच नव्हे, तर हृदयातही असतो म्हणूनच फक्त बुद्धिमत्तेतूनच नव्हे, तर आपल्या हृदयातूनही परमात्म्याच्या दिव्यत्वाचे प्रतिध्वनी उमटत असतात. जी व्यक्ती या प्रतिध्वनींना ओळखते ती खूप मोठ्या प्रमाणात तृप्त होते, समाधानी होते आणि परिपूर्ण होऊ लागते. तिचा जीवनविषयक समग्र दृष्टिकोन खूप मोठ्या प्रमाणात आत्यंतिक तळमळीचा, उत्कट आणि गतिशील होतो. तसं पाहता, संपूर्ण गीता ही नेतृत्वाविषयीच्या विशिष्ट शिकवणुकींवर बेतलेली नाही; परंतु तिच्यात आत्मजाणिवेच्या किंवा आत्मजागृतीच्या क्षेत्राविषयीच्या

विशिष्ट शिकवणुकी आहेत आणि या शिकवणुकी हाच सर्व महान कृतींचा आणि महान नेतृत्वाचा आवश्यक आधारभूत पाया आहे. नेत्याकडे महान धाडस, महान सन्मान असला पाहिजे आणि त्याबरोबरच त्याच्या कृतीत, कर्मात कमालीची उदात्तता असली पाहिजे, उमदेपणा असला पाहिजे. महान नेता हा असाच असला पाहिजे आणि संपूर्ण गीता याकडेच निर्देश करते. हा उपदेश तुमच्या क्षमतेचा अत्यंत प्रामाणिकपणे उपयोग करण्याची, तुम्हाला ढोंगीपणातून बाहेर येण्यास भाग पाडण्याची, नाव, प्रसिद्धी, पद इ. गोष्टींची चिंता न करता काम करण्याचं धाडस मिळवण्याची प्रेरणा देतो. फक्त अशा प्रकारच्या चिंतारहित निव्वळ त्यागातून, विरक्तीतून, मुक्तीतून आणि हृदयापासूनच्या विश्वासातूनच एखादी व्यक्ती यशाच्या अमर्याद उंचीपर्यंत पोहोचू शकते.

जी व्यक्ती सातत्यानं मनाच्या आणि अहंकाराच्या मर्यादित संकल्पनांमध्ये अडकून पडते, तिची जाणीव खऱ्या अर्थानं मुक्त होत नाही. खरा महान योद्धा किंवा खरा महान नेता होण्यासाठी तुम्हाला सगळ्या मर्यादा ओलांडाव्याच लागतात. वैयक्तिक अभिमानाच्या पलीकडे जा. कृष्ण अर्जुनाचा हा अहंकार नष्ट करतो, तेव्हाच अर्जुनाला योद्धा म्हणून प्रतिष्ठा प्राप्त होते. कृष्ण अर्जुनाला सांगतो की, बुद्धिमत्तेबरोबरच अंतःप्रेरणेचाही वापर करण्याची आवश्यकता असते हे ओळखलं, तर माणसाकडे खरोखरच असीम क्षमतांचं भांडार आहे. बुद्धिमत्तेबरोबर अंतःप्रेरणेचाही वापर केला, तर आपण एकाच वेळी अंतर्गत आणि बाह्य अशी दोन्ही प्रकारची यशं मिळवू शकतो. तुमच्या स्वतःच्या अस्तित्वातील दिव्यत्वाचा शोध घ्या. या ग्रंथाचं हे निखालस सत्य आहे. ज्या वेळी तुम्ही निर्बंधयुक्त विचारांच्या बंधनांच्या पलीकडे जाण्यास सज्ज होता आणि तुमचेच महान भाग असलेल्या चैतन्याच्या व हार्दिकतेच्या जगात प्रवेश करता फक्त त्याच वेळी तुम्हाला या दिव्यत्वाची प्रचिती येते – तुमच्या हृदयात वसत असलेल्या परमात्म्याचा शोध लागतो.

प्रकरण ५

भूतकाळापासून सुटका करून घ्या

***शिकवण** : सर्व भूतकालीन चिंता सोडून द्या. या चिंतांमुळेच व्यक्ती नेता म्हणून निष्क्रिय, दुःखी आणि कमी प्रभावी होते. खरोखरचं यश आणि गतिशील नेतृत्व हे सगळ्या भूतकालीन चिंता आणि अपयश यांना सोडून देण्याच्या क्षमतेतून निर्माण होतं. सध्याच्या आव्हानांना आणि आपत्तिजनक, बिकट परिस्थितींना तोंड देण्यास सज्ज होण्याचा हाच एकमेव मार्ग आहे. भूतकालीन चिंतांचा पुनःपुन्हा विचार करत राहिल्यामुळे व्यक्तीला मानसिक दौर्बल्य प्राप्त होतं. आपल्या उदात्त शिकवणुकींच्या माध्यमातून कृष्ण अर्जुनाच्या विचारांमध्ये आमूलाग्र बदल घडवून आणतो.*

ज्या गोष्टींचं इतरांना आकलन होत नाही, त्या गोष्टी पाहण्यास सक्षम होण्याची कला असणं आणि त्या अंतर्दृष्टींवर अत्यंत तळमळीनं काम करणं या गोष्टींचा नेतृत्वात समावेश होतो; परंतु व्यक्तीच्या खऱ्या *प्रज्ञेला, अंतर्दृष्टीला* कसं काय विकसित करता येईल? अर्थातच, व्यक्तीची तिच्या भूतकाळापासून, ज्ञात गोष्टींपासून सुटका करून आणि मनाची त्याच्यावरच्या नियंत्रणाच्या किंवा प्रभावाच्या ओझ्यापासून सुटका करून हे करता येतं.

गीतेत याकडे अत्यंत लक्षणीयपणे निर्देश केल्याचं आढळतं. अर्जुन कृष्णाकडे एक सखा म्हणून पाहत असतो; परंतु कृष्ण हा त्याचा वैयक्तिक सखा किंवा मेव्हणा (सुभद्रेशी अर्जुनाच्या झालेल्या विवाहामुळे त्यांच्यात असं नातं निर्माण झालं होतं) असण्यापेक्षाही खूप, खूप महान असल्याचं त्याला समजतं. कृष्ण ही त्या एकमेव अंतिम परम सत्याची दिव्य अभिव्यक्ती आहे, हे त्याच्या लक्षात येतं. ज्या वेळी त्याला कृष्णाचं विश्वरूपदर्शन घडतं, त्या वेळी त्या विराट रूपाच्या दर्शनानंतर तो कृष्णाची क्षमा मागतो. अर्जुनासमोर उभ्या ठाकलेल्या या नवीन वास्तवाकडे पाहण्यासाठी तो नवीन चक्षू, दृष्टी विकसित करतो. त्या डोळ्यांच्या साहाय्यानं तो त्याच्यासमोरच्या या नवीन वास्तवाकडे पाहू शकतो. आपण नेते असलो किंवा एखाद्या टीममधून काम करणारे असलो तरी आपल्या समोरचं वास्तव अधिक बारकाईनं, अंतर्दृष्टीनं पाहण्यासाठी आपण सर्वांनीही अशाच प्रकारे नवीन दृष्टी विकसित केली पाहिजे.

भूतकाळापासून स्वतःला मुक्त करून घ्या. फक्त तेव्हाच एखादी नवीन व्यक्ती असल्याप्रमाणे तुम्ही सगळ्या गोष्टींकडे पाहू शकाल आणि त्यानुसार कृती करू शकाल. तो जणू काही तुमच्या दृष्टीचा पुनर्जन्म असेल. हिंदू धर्मात यालाच द्विज असं म्हणतात. द्विज म्हणजे दुसऱ्यांदा जन्मलेला. त्या वेळी तुमच्या नजरेत हेतूची तीव्रता असेल आणि तुमची ज्ञानेंद्रियं अतिशय सावध व दक्ष असतील. बहुतेक व्यक्ती परिस्थितींना ठरावीक प्रतिसाद देतात; परंतु खरे नेते असं करत नाहीत. ते ठरलेल्या किंवा ठरावीक प्रतिसादांवर अवलंबून राहत नाहीत. त्यांच्या ज्ञानेंद्रियांमध्ये ते तत्परता, सावधानता निर्माण करतात. फक्त अशा सावधानता असलेल्या ज्ञानेंद्रियांच्या साहाय्यानंच आपण खऱ्या आणि तत्पर बुद्धीच्या साहाय्यानं काम करण्याची क्षमता विकसित करू शकतो. गतिशील नेत्याकडे बुद्धीची तत्परता, बुद्धीचा जिवंतपणा असतो. या गोष्टीमुळेच तो सर्वसामान्य व्यक्तींपासून वेगळा ठरतो. ज्या वेळी इतर लोक गाढ झोपलेले असतात, तेव्हासुद्धा अत्यंत सूक्ष्म पद्धतीनं नेत्याची आत्मजाणीव जागृत असते म्हणूनच तो किंवा ती गतिशील नेता होतो किंवा होते.

जी तत्त्वं लढवय्येपणाला लागू होतात तीच नेतृत्वालाही लागू होऊ शकतात. संपूर्ण गीतेत अशी अनेक रूपकं आहेत. चांगल्या योद्ध्याकडेही चांगल्या नेत्याच्या आणि चांगल्या नेत्याकडे चांगल्या योद्ध्याच्या क्षमता

असाव्या लागतात. योद्ध्याला त्याच्या भूतकाळात, त्याच्या चिंतांमध्ये, पूर्वीच्या काळाविषयीच्या त्याच्या विचारांमध्ये अडकून पडून चालत नाही. त्याच्या समोर ठाकलेल्या युद्धाच्या आव्हानाला तोंड देताना, लढताना तो त्याच्या समग्र ऊर्जेचा वापर करतो म्हणूनच तो चांगला योद्धा असतो, अन्यथा तो निकृष्ट, दुर्बल योद्धा झाला असता.

वरवर पाहता, भगवत्‌गीता हे कृष्णानं अर्जुनासमोर म्हटलेलं गूढ गीत आहे; परंतु प्रत्यक्षात आपल्या स्वतःच्या हृदयांमध्ये असलेलं; पण कधीच न गायलं गेलेल असं ते एक उपेक्षित गीत आहे. अस्तित्वाला सातत्यानं आपल्या हृदयांमध्ये आणि आपल्या जाणिवेत हे गीत गाण्याची इच्छा असते. आपल्या जागृतीत आपल्या श्‍वसनाबरोबर आपण हेच गीत गात असतो; पण आपल्याला त्याची जाणीव नसते. अंतिमतः आपण सगळेच जण 'अर्जुन' असतो. अर्जुन हे आपल्या सर्वांकरिता, प्रत्येक व्यक्तीकरिता योजण्यात आलेलं रूपक आहे हे आपण विसरून जातो. देवाच्या आवाजाला किंवा दुसऱ्या शब्दांत भगवंताच्या गीताला आपल्या हृदयात सातत्यानं त्याचे शब्द गात राहायचे असतात. आपण त्या गीताचं ग्रहण केलं पाहिजे. आपण ग्रहणशील असणं, ते गीत आत्मसात करणं याचा अर्थ आपल्याला जे आधीपासून माहीत असतं, त्यापासून आपली सुटका करून घेणं असा आहे. विश्‍वाकडे पाहण्याची नवीन जाणीव विकसित करणं आणि त्या जाणिवेविषयी आपल्या मनात जागृती निर्माण होणं याचा अर्थ आपल्याकडे नवीन संवेदनशीलता निर्माण होणं असा आहे. फक्त त्या वेळीच आपल्याला त्या गूढ गीताचं आकलन होईल, त्याला समजून घेता येईल. अन्यथा प्रत्येक गोष्ट ही भूतकालीन शृंखलांच्या माध्यमातूनच कार्य करत राहील.

सारांशानं, गीता ही आपल्या भूतकालीन कर्मांपासून, आपल्या मानसिक साचलेपणातून आपली मुक्तता करून घेण्याचा उपदेश करते. ज्या क्षणी आपण भूतकाळाच्या त्या स्वप्नातून बाहेर पडून जागृत होतो, त्या क्षणीच आपल्याला प्रचंड स्वातंत्र्य मिळाल्याची भावना जाणवते. गीता व्यवहार्यदृष्ट्याही अतिशय महत्त्वाची आहे. तिच्यात व्यवहारचातुर्याचं अत्यंत महान मूल्य आहे : ती गूढ संहितेविषयी भाष्य करत असतानाच या जगात कार्य करण्यासाठी आपण आपल्या हृदयांना, अंतःकरणांना आणि मनांना कशा प्रकारे ताजीतवानी आणि प्रसन्न ठेवू शकू याविषयीही भाष्य करते. गीतेमुळे आपली मनं, अंतःकरणं शुद्ध होतात. गीतेचा आपल्यावर

होणारा हा मोठा परिणाम आहे. त्याबरोबरच ऐहिक कृती करण्यासाठी ती आपलं तितक्याच प्रमाणात पोषणही करते म्हणूनच तिला महत्त्वपूर्ण पवित्र ग्रंथ आणि कृष्णाला 'उपनिषदांची धार काढणारा गवळी' म्हटलं जातं. याचा अर्थ त्याने उपनिषदांमधील उत्तम सिद्धान्त, तत्त्वं घेतली आणि त्यांचं सार काढून अहंकाराला छिन्नभिन्न करणारी रचना केली, त्यामुळे आपल्या मनातील अहंकाराचा आणि चिंतेचा चक्काचूर होतो. आपलं गहन पातळीवर पोषण केलं जातं, त्यामुळे आपल्यामध्ये अगदी मूलभूत पातळीवरचं दुर्दम्य धाडस, धैर्य निर्माण होतं. त्याच वेळी आपल्यामध्ये समाधान आणि अत्यानंदाची निर्मिती होते.

कृष्ण आपल्याला आपल्या मनातील चिंता, काळज्या आणि चिंता निर्माण करणारे विचार यांचा संपूर्ण त्याग करण्यास सांगतो. असे विचार सोडून देण्यासाठी आपल्याला भूतकाळाला मागे सारावं लागतं. त्याच्यात मोठ्या प्रमाणात रमणं सोडून द्यावं लागतं. ही अतिशय साधी गोष्ट आहे : तुम्ही भूतकाळाला सोडून दिलं, तरच तुम्ही गूढपणे आणि भौतिकदृष्ट्या अशा दोन्ही दृष्टिकोनांतून गतिशील असलेल्या अवकाशांमध्ये प्रवेश करू शकता. त्याच्यातूनच संपूर्ण नेता घडतो. : अशी व्यक्ती तिच्या अंतर्यामी असलेल्या गूढ अवकाशाच्या अंतर्दृष्टीचा वापर करू शकते, तसंच भौतिक अवकाशात आवश्यक असलेली कोणतीही कृती करण्यासही ती तयार असते. या दोन्ही अवकाशांमध्ये किंवा दोन्ही ठिकाणी ती उत्स्फूर्तपणे आणि एकात्मतेनं काम करते. या ग्रंथाची हीच परम शिकवण आहे. मन आशेनं भरून टाका, आशा कधीही सोडून देऊ नका आणि प्रसन्नतेची, शांततेची कला शिकून घ्या.

आपल्या भूतकाळाची आपल्यावर जबरदस्त पकड असते : तो आपल्याला त्याच्या तुरुंगात डांबून ठेवतो. तो आपल्याला परिपूर्णतेच्या दिशेनं जाण्यापासून रोखतो. तो आपल्या मनात तणावाची निर्मिती करतो. तो आपल्या मनातील अहंकाराला दृढ करतो. मात्र तणावापासून आणि अहंकारापासून सुटका करून घेतल्याखेरीज कोणतीही व्यक्ती उन्नत पातळीपर्यंत आपला विकास करून घेऊ शकत नाही. एखादी व्यक्ती कोणत्याही क्षेत्रातील यशाच्या शोधात असली, तरी तिला आपल्या अधिक उच्च पातळीवरच्या ऊर्जेसह पुढे जाण्याकरिता आणि सर्वोच्च क्षमतेसह बहरण्याकरिता आपल्या भूतकाळातून बाहेर पडावंच लागतं. भूतकाळाला

नष्ट होऊ द्या. तुमचा भूतकाळ नष्ट झाला, तर आध्यात्मिकदृष्ट्या त्यामुळे कोणतीही हानी होत नाही. तुमच्या भूतकाळाला तुमचं लक्ष विचलित करू देऊ नका. जुन्या मनोरचनेतून कार्य करू नका. त्याऐवजी नवीन मनोरचना तयार करा. असं केलं तर आणि तरच तुमच्यासमोर यशाची नवनवीन शिखरं येतील आणि तुम्ही ती पादाक्रांत करू शकाल. नेता इतरांना यशाची नवनवीन शिखरं पादाक्रांत करण्यास साहाय्य करतो. जर नेता स्वतः पुरेशा निश्चिंत, तणावमुक्त मनःस्थितीत नसेल आणि वर्तमानकालीन क्षणात सर्वोच्च ऊर्जा निर्माण करता यावी इतपत पुरेशा प्रमाणात त्याने भूतकाळापासून स्वतःची सुटका करून घेतली नसेल तर तो किंवा ती शिखराकडे जाण्यासाठी त्यांनी अवलंबलेल्या मार्गाचं अनुसरण करण्याकरिता इतरांना कशी काय स्फूर्ती देऊ शकतील?

म्हणूनच यश हे गिर्यारोहणासारखं असतं. पर्वतावर चढायचं असेल, तर आपल्याला पहिल्यांदा आपल्याकडच्या अतिरिक्त सामानापासून आपली सुटका करून घ्यावी लागते, अन्यथा गिर्यारोहणामुळे आपल्यामध्ये नवचैतन्याचा संचार होऊ शकणार नाही. उलटपक्षी त्यामुळे आपण फक्त थकून जाऊ! म्हणून तुमच्या हृदयाशी, तुमच्या हृदयातील गीताशी एकात्मता साधून नेतृत्वाची शिखरं पादाक्रांत करा. तुमच्या हृदयातील गीतेचं सारच त्या गीतातून अभिव्यक्त होत असतं. त्याच्याशी एकात्मता साधा. अस्तित्वाच्या दिव्य भागाकडून, परमात्म्याकडून आपल्याला भेट देण्यात आलेल्या या उदात्त ग्रंथाच्या गूढ संहितेचं हेच सार आहे.

प्रकरण ६

तणावग्रस्तता तुम्हाला संकुचित करते तणावरहिततेमुळे तुम्ही व्यापक आणि समृद्ध होता

***शिकवण** : परिस्थितींमुळे तणावग्रस्त होऊ नका. कृष्णाच्या गीतेचा हा मूलभूत सिद्धान्त आहे. तणावग्रस्ततेतून तुमच्या मनाच्या-शरीराच्या-आत्म्याच्या ऊर्जेच्या अमर्याद वर्णपटाला तुम्ही मर्यादित करता. आध्यात्मिक पातळीवर तुम्हाला कुठलीही मर्यादा नाही. तुमच्या आंतरिक विशालतेची, व्यापकतेची जाणीव करून घ्या आणि तुम्हाला पंगू करणाऱ्या तणावग्रस्ततेच्या विळख्यातून स्वतःची सुटका करून घ्या. आत्मा म्हणून आपण अमर्याद असल्याची जाणीव करून घेणं ही कृष्णानं अर्जुनाला दिलेली प्राथमिक आणि प्रमुख शिकवण आहे, त्यामुळे अर्जुनाला तणावातून बाहेर पडून निश्चिंत, आरामशीर मनःस्थितीत येण्यास आणि योद्धा व नेता म्हणून आपल्या धर्माचं किंवा आध्यात्मिक कर्तव्याचं अतिशय ताकदीनं पालन करण्यास मदत झाली. सर्वच नेत्यांनी ही शिकवण समजून घेण्याची गरज आहे. आतूनच आपला विकास करा. त्यानंतर नेता म्हणून व्यापक आणि शक्तिशाली होण्याची तुमची क्षमता अनेक पटींनी वाढेल.*

ज्या वेळी आपण तणावग्रस्त होतो, त्या वेळी आपण स्वतःला संकुचित करतो ही योद्ध्यांनी आणि नेत्यांनीही समजून घ्यावयाची एक महत्त्वाची गोष्ट आहे. स्वतःला संकुचित केल्यामुळे आपल्याकडे असलेल्या संधीसह अनेक वैपुल्यांना आपण गमावून बसतो.

गीतेतील हा एक महत्त्वाचा सिद्धान्त आहे : योद्धा आणि नेता म्हणून अर्जुन रणांगणावर कमालीचा तणावग्रस्त होतो आणि त्यामुळेच त्याचं मन अत्यंत संकुचित आणि भ्रमित होतं. त्याच्या समस्येत तो पुरता अडकून पडतो म्हणून कृष्ण त्याला तणावरहित करण्याचं काम करतो. कृष्णानं अर्जुनाला गीता सांगितल्यानंतर अर्जुन तणावरहित मनःस्थिती प्राप्त करून घेतो. त्या वेळी त्याच्या मनात स्वातंत्र्याची आणि वैपुल्याची प्रचंड मोठी भावना निर्माण होते. त्याच्या शरीरातून ऊर्जेचा प्रचंड प्रवाह वाहत असल्याचं त्याला जाणवतं. त्याच्या क्षमतेचा सदुपयोग करता येईल, असं त्याला वाटतं. हे फक्त आध्यात्मिक गूढवादाचंच मूलतत्त्व नाही, तर नेतृत्वासाठी आणि सर्व व्यवहार्य परिस्थितींसाठीही उपयुक्त असलेलं हे मूलतत्त्व आहे.

तणावग्रस्ततेमुळे आपल्याकडची कौशल्यं आपण गमावून बसतो. आपल्याकडच्या कौशल्यसंचाची क्षमता आपण गमावून बसतो. तणावामुळे आपल्या मनात स्पष्टता निर्माण होत नाही, त्यामुळे गोष्टींच्या आंतरिक सत्यात डोकावण्याची आपली क्षमता आपल्याला प्राप्त होत नाही. तणावग्रस्ततेतून निर्णय घेताना आपण समजूतदारपणानं, सुज्ञपणानं निर्णय घेऊ शकत नाही. आपण तणावग्रस्त अवस्थेत असताना आपल्याला विविध इष्ट–अनिष्ट गोष्टींमध्ये चांगल्या प्रकारे फरक करता येत नाही. आपण अत्यंत संकुचित दृष्टिकोनातून विचार करतो. आपल्याला व्यापक चित्र पाहणं शक्य होत नाही. अर्जुनाच्या उदाहरणाप्रमाणेच, नेतृत्वाच्या संपूर्ण मार्गावरही आपल्याला हेच दिसून येतं. आपण तणावग्रस्ततेत असताना व्यापक चित्र पाहण्याची क्षमता गमावून बसतो.

खरं म्हणजे आपापल्या समुदायातील इतर सर्वांच्या तुलनेत खूप व्यापक चित्र पाहू शकणारी व्यक्तीच त्या समुदायाची नेता असते. अर्थातच, प्रत्येक गोष्टीतील तपशील गोळा करणं महत्त्वाचं असतंच; परंतु नेतृत्वाचा दृष्टिकोन असणं याचा अर्थ महत्त्वाच्या तत्त्वाचं किंवा सिद्धान्ताचं आकलन करून घेणं किंवा अधिक मोठ्या, अधिक व्यापक चित्राचं आकलन करून घेणं असाच असतो. असं करत असताना नेता

त्याच्या टीमला यशाच्या दिशेनं जाण्यासाठी मार्गदर्शन करतो. तणावरहित अवस्था ही गोष्ट करू शकते.

रणांगणावरील योद्ध्याचा विचार केला, तर त्याच्या दृष्टीनंही हा सर्वाधिक महत्त्वाचा सिद्धान्त आहे. गीता ऐकण्याच्या आधीच्या, त्याच्या तणावग्रस्त अवस्थेतून अर्जुन युद्ध करण्यास समर्थ नव्हता. त्याला असं वाटत होतं की, त्याचं शरीर आणि मन ही दोन्हीही अगदी शिणून गेली आहेत. आपण गलितगात्र झाल्याचं सांगून त्याने त्याचं गांडीव धनुष्य खाली ठेवलं होतं. या सगळ्याचं तात्पर्य असं आहे की : तणावग्रस्त अवस्थेत आपण आपलं सामर्थ्य गमावून बसतो. आपण आपली आकर्षकता, प्रसंगाचं औचित्य गमावून बसतो. आपल्या बुद्धीची आणि मनाची विस्तारण्याची क्षमता हरवली जाते. आपल्याला उपलब्ध असलेल्या सगळ्या गोष्टी आपण गमावलेल्या असतात. परिपूर्ण यशाचा संपूर्ण शोध याचा अर्थ आपल्याकडे उपलब्ध असलेल्या गोष्टींमधून अधिकाधिक प्रमाणात समृद्ध होत जाणं असा आहे आणि ही गोष्ट जागृतीच्या किंवा जाणिवेच्या फक्त तणावरहित अवस्थेतच घडून येते.

हा अत्यंत मूलभूत सिद्धान्त आहे. खरं तर आयुष्य आपल्यासमोर आणत असलेल्या परिस्थितीला कोणताही विरोध न करता तिला पूर्णपणे शरण जाण्याची ही गोष्ट आहे. कोणत्याही परिस्थितींचा आपल्यावर परिणाम होऊ शकतो, तो होऊ द्या; पण कधीही संकुचित होऊ नका. परिस्थितींना स्वीकारा. त्यांना कधीही नाकारू नका. त्यांच्यामुळे कधीही तणावग्रस्त होऊ नका, कारण अशा क्षणांमध्ये तुमची बुद्धी तुमचा त्याग करते. तुमच्या समोर उभ्या ठाकलेल्या समस्येच्या नजरेला नजर भिडवा. तिच्या डोळ्यांत रोखून पाहा. त्यानंतर तुमच्या असं लक्षात येईल की, ती सोडवणं शक्य आहे. अर्जुनाच्या मनातील हताशेच्या आणि नैराश्याच्या संवेदनेविषयी कृष्ण प्रश्न उपस्थित करतो. आपल्या आयुष्यात कसलीच आशा उरलेली नाही, असं अर्जुनाला वाटत असतं. तो जवळजवळ प्रत्येक गोष्टीचा त्याग करण्यापर्यंत पोहोचलेला असतो; परंतु प्रत्येक गोष्टीचा त्याग करणं याचा अर्थ तुमच्या नेतृत्वाच्या स्थानाचा त्याग करणं असा होतो. त्याचा अर्थ आयुष्याच्या रणांगणावर तुम्ही इतरांसमोर चांगलं उदाहरण ठेवण्यास पात्र नाही, असा होतो आणि हा आध्यात्मिक मार्ग नाही.

तुम्ही निश्चिंत अवस्थेत राहून तुमची कर्मं करणं हा आध्यात्मिक मार्ग आहे – मग तुम्ही रणांगणावर युद्ध करत असा किंवा एखादं बौद्धिक काम करत असा, त्याने काहीही फरक पडत नाही. निश्चिंत मन हे नेहमीच सत्याचा

विचार आणि स्वीकार करण्यासाठी अधिक खुलं असतं म्हणूनच जीवनातील कोणत्याही प्रकारच्या परिस्थितीला हे तत्त्व लागू पडतं. तुम्ही आर्किमेडीजची कथा आठवून पाहा. तो एक महान ग्रीक शास्त्रज्ञ आणि गणितज्ञ होता. त्याला काही केल्या, प्लावकतेच्या किंवा तरणशक्तीच्या अत्यंत अवघड समस्येचं उत्तर सापडत नव्हतं; परंतु एके दिवशी टबमध्ये स्नान करत असताना तणावरहित अवस्थेत त्याच्या समोर तो तथाकथित 'युरेका'चा क्षण आला. अशाच प्रकारे कित्येक महान व्यक्तींना ते अत्यंत तणावरहित निवांत स्थितीत आणि खरं म्हणजे अस्तित्वाच्या अनपेक्षित अवस्थेत असताना त्यांच्या समोरच्या अशा समस्यांची उत्तरं सापडलेली आहेत. खूप मोठ्या प्रमाणात लक्ष एकवटलेल्या अवस्थेतच अशी उत्तरं सापडली पाहिजेत, असं नसतं. अनेक लोकांना निवांत असताना एखाद्या निश्चिततेच्या क्षणी अनेक उत्तमोत्तम अंतर्दृष्टी प्राप्त झाल्या आहेत आणि अनेक उत्तम शोधही लागले आहेत. यामागे एक कारण आहे. लक्ष एकवटलेल्या किंवा एकाग्रचित्ततेच्या वेळी काही वेळा तणावग्रस्तता निर्माण होते. आजच्या जगातील हीच खरी समस्या आहे. उदाहरणार्थ, मुलांच्या मागे सातत्यानं अभ्यासावर लक्ष केंद्रित करण्याचं, गृहपाठ करण्याचं वगैरे टुमणं लावलं जातं; परंतु त्यामुळे काही वेळा मुलांच्या मनात मोठाच तणाव निर्माण होतो आणि त्यातूनच अतिश्रमानं त्यांना शारीरिक व मानसिक थकवा येतो. आजच्या जगात कित्येक तरुण व्यावसायिक त्यांच्या व्यवसायात खूपच लवकर अतिशय थकून जात आहेत. हा त्यांच्याकडच्या कौशल्य-संचाचा प्रश्न नाही किंवा त्यांच्या क्षमतेचाही प्रश्न नाही. त्यांच्या अत्यंत आतल्या भागात, त्यांच्या अंतर्यामीच्या गाभ्यात नेमकं काय घडत आहे त्याचा हा प्रश्न आहे.

म्हणून जर तुमच्या अंतर्यामीच्या गाभ्यातच तणाव असेल, तर तुमच्या बाह्य कृती या गतिशील आणि प्रवाही कशा काय असू शकतील? कामाची किंवा कर्माची प्रक्रिया आणि त्याकरिता मिळालेली स्फूर्ती हाही आध्यात्मिक गूढवादाचा विषय आहे. तो फक्त मानसशास्त्रीय विषय नाही. तुम्ही अस्तित्वाच्या कोणत्या स्थितीत आहात हा यातील महत्त्वाचा प्रश्न आहे. यात फक्त कर्माच्या किंवा कृतीच्या परिणामाचा अगर फळाचा विचार महत्त्वाचा नाही. यातली प्रक्रिया महत्त्वाची आहे. प्रक्रिया याचा अर्थ नेहमीच अंतर्गत हेतू, अंतर्गत प्रेरणाशक्ती असा असतो. तणाव ही कधीही अंतर्गत प्रेरणाशक्ती असता कामा नये, थोडक्यात, तुम्हाला कामासाठी किंवा कृतीसाठी तणावातून प्रेरणा मिळता कामा नये.

कृष्ण अर्जुनाला मोठीच प्रेरणाशक्ती देतो, तेव्हापासूनच अर्जुनाचं मन प्रसन्न होतं. जणू काही त्याचा पुनर्जन्म झालेला असतो. त्याला नव्यानं जीवनाचा लाभ झालेला असतो. जणू काही त्याने नव्यानंच जीवनाचा प्रारंभ केलेला असतो. तो धनुष्य उचलतो आणि तो स्वतः ज्या उच्च प्रतीचा योद्धा असतो, त्या त्याच्या सर्वशक्तिनिशी लढा देण्यास तो सज्ज होतो. तुम्हीसुद्धा एक नेता म्हणून तुमच्या टीममधील इतरांना प्रेरणा दिली पाहिजे. काही नेते हे त्यांच्या टीममध्ये सातत्यानं तणावाची निर्मिती करतात; परंतु हा उदात्त मार्ग नाही, कारण यात वैयक्तिक शैली मारली जाते. टीमच्या क्षमतेवर बंधन येतं. टीमला स्वातंत्र्य देणं याचा अर्थ एका बाजूला त्यांना काम करण्यासाठी एक साचा, एक रचना देणं, शिस्त लावणं आणि त्याच वेळी दुसऱ्या बाजूला व्यक्तीच्या अंतर्गत शांततेला अवकाश प्राप्त करून देणं असा असतो. असं झालं तर त्यांच्यामध्ये ज्या अत्युत्तम गोष्टी असतात, त्यांना बाहेर काढून, ते त्यांचा वापर करू शकतात. त्यामुळे संबंधित समस्या सोडवण्यासाठी आपल्या अधिक प्रगल्भ बुद्धिमत्तेचा उपयोग करण्याच्या अवस्थेत राहून ते काम करू शकतात. अशा प्रकारे तुमच्या टीमच्या सदस्यांमध्ये प्रचंड निरीक्षणशक्ती, अंतर्दृष्टी आणि सर्जनशीलता निर्माण झाल्याचं तुम्हाला आढळेल.

सर्जनशीलतेला आणि नावीन्यपूर्ण शोधांना नेहमीच अस्तित्वाच्या ताज्या, नवीन अवस्थेची आवश्यकता असते. त्या अवस्थेत तुम्ही निश्चिंत मनःस्थितीत असता. जपानमधील झेन तत्त्वज्ञानातही याच तत्त्वज्ञानाचा प्रतिध्वनी उमटल्याचं दिसून येतं. ॲपल कॉम्प्युटरच्या स्टीव्ह जॉब्जनं याच तत्त्वज्ञानाचं अनुसरण केलं होतं. त्याच्यातून अत्यंत निश्चिंत, तणावरहित जीवनपद्धती ध्वनीत होते. मात्र तरीही ती अत्यंत दक्षतेची, सावधानतेची व त्याच वेळी जागरुकतेची पद्धत आहे. तणावग्रस्त मन नव्हे, तर तणावरहित, निश्चिंत, निवांत मनच समाधानकारक परिणाम किंवा फळं मिळवून देतं. असं मन सजग आणि जिवंत असतं.

म्हणून एकाच वेळी निश्चिंतता, तणावरहितता आणि कृतीची सजग, सावध तत्परता या दोन्ही गोष्टी एकत्रीतपणे एका अत्यंत शक्तिशाली संयोगाची निर्मिती करतात. अंतिमतः कृष्ण अर्जुनाच्या मनावर हीच शिकवण बिंबवतो. खऱ्या यशाचा शोध घेत असलेल्या प्रत्येक नेत्यानं आणि प्रत्येक व्यक्तीनं नेमक्या याच गोष्टींचं अनुकरण केलं पाहिजे.

प्रकरण ७

आनंदामुळे आपण जोडले जातो, निराशेमुळे आपण दुरावतो

शिकवण : *आनंद ही माणसाकडे असलेली अत्यंत महान क्षमता आहे. तो संपूर्ण विश्वाचा मूलभूत गुणधर्म आहे. तुमची सर्वोच्च वास्तविकता म्हणून तो तुमच्या अंतर्यामी अस्तित्वात असतो.*

आनंद हा वैश्विक मुशीचा कार्यकारणभाव आहे. तुमच्या आयुष्यभर आणि नेतृत्वाच्या भूमिकांमध्येही अधिकाधिक प्रमाणात त्याला साकार करा. यासाठी तुम्ही फक्त इतकंच केलं पाहिजे : स्वतःची जाणीव विशुद्ध आनंद म्हणून करून घेतली पाहिजे म्हणजेच आपण 'आनंद स्वरूप' किंवा 'सुख स्वरूप' आहोत याची जाणीव करून घेतली पाहिजे.

लोकांना एकत्र आणणारं, एकमेकांशी बांधून ठेवणारं नेतृत्व असा अर्थ सकारात्मक नेतृत्वातून सूचित होतो. चांगल्या सांघिक कामाचं हेच सार आहे. नेत्यानं हीच भूमिका पार पाडली पाहिजे. लोकांना एकमेकांशी जोडून ठेवणारा सगळ्यात मोठा डिंक कोणता असतो? आनंद! जर एखाद्या गटात अशी आनंदाची भावना असेल तर तो एकसंध राहतो. तो सकारात्मक अर्थानं भक्कम होतो. कृष्ण अर्जुनाला असं सांगतो की, अंतिमतः व्यक्तीला परमात्म्याशी कोणती गोष्ट जोडून ठेवते? तर ती

म्हणजे आनंद किंवा परमानंद हीच गोष्ट असते, कारण दोन व्यक्तींमध्ये किंवा दोन चैतन्यांमध्ये निर्माण होणारा तोच सर्वाधिक भक्कम बंध असतो. तो दोन अस्तित्वांना मजबूतपणे जोडून टाकतो.

होय, अनेक वेळा नेते लोकांचा सामाईक शत्रू शोधतात आणि अशा लोकांना ओळखून त्यांना एकत्र आणतात. इतिहासात बहुतेक फॅसिस्ट लोकांनी हेच केलं आहे. ॲडॉल्फ हिटलर हे याचं उत्तम उदाहरण आहे. त्याने ज्यू च्या विरोधात, शत्रुत्वाची भावना बाळगणाऱ्यांना एकत्र आणलं. जर्मन राइश या स्वरूपातील स्वतःचं निवडणुकीतील स्थान भक्कम करण्यासाठी त्याने नकारात्मक पद्धतीनं ज्यूंच्या विरोधातील लोकांना एकमेकांशी जोडून टाकलं; परंतु अशा प्रकारे एकत्रीत आल्यामुळे आगामी काळात लोकांना आनंद प्राप्त होत नाही. अंतिमतः या 'एकजुटी'तून कोणत्याही चांगल्या गोष्टीची निष्पत्ती होत नाही. त्याच्यातून त्यांना परमानंद तर दूरच; पण साधा आनंदही प्राप्त होत नाही, त्याऐवजी त्यांना दुःखाला आणि विनाशकतेला तोंड द्यावं लागतं.

दुसरीकडे सकारात्मक वृत्तीचा नेता आनंदाची बीजं पेरतो. ते नेतृत्वाचं खरं नीतिमूल्य असतं. संपूर्ण ब्रह्मांड हेच परमेश्वराच्या, परमात्म्याच्या परमानंदातून निर्माण झाल्याचं मानलं जातं. बासरी वाजवणाऱ्या कृष्णाच्या प्रतीकात्मकतेतून हेच सूचित होतं. त्याच्या आनंदाच्या माध्यमातून तो लोकांना मोहित करतो आणि त्याच्या आनंदाकडे - परमानंदाकडे त्यांना आकर्षित करतो.

आता आपण टीमच्या गतिशीलतेवर नजर टाकू या. इथे लोक एकमेकांच्या सान्निध्यात निश्चिंतपणे, तणावरहित अवस्थेत असतात. अशा अवस्थेतून मिळणारा आनंद कितीतरी आगळावेगळा असतो. ज्या वेळी अशा प्रकारे लोक एकमेकांसोबत तणावरहित, निश्चिंत अवस्थेत राहतात, त्या वेळी ते एकत्रितपणे एखाद्या मूल्यवान गोष्टीची निर्मिती करण्यास सक्षम होतात. एखाद्या सुंदर कारणाकरिता ते एकत्र येतात आणि ती निर्मिती पार पाडतात. जी गोष्ट अशक्य असल्यासारखी वाटते ती नैराश्यातून निर्माण झालेली असते. आशा आणि आशावाद हा गाढ आत्मविश्वासाचा आणि सखोल सकारात्मक ऊर्जेचा परिणाम असतो. मात्र ज्या वेळी मानसिक आनंदाला उत्तेजन देण्याच्या किंवा हर्षोल्हासाला प्रोत्साहन देण्याच्या कृतीनं मन स्वच्छ आणि शुद्ध झालेलं असतं, फक्त त्याच वेळी हे शक्य होतं. आनंद

हा हृदय आणि मन स्वच्छ करणारा महत्त्वपूर्ण घटक आहे. त्याच्यामुळे लोकांच्या मनात गाढ आत्मविश्वास निर्माण होतो. हा आत्मविश्वास अहंकारी स्वरूपाचा नसतो. त्याऐवजी तो स्वतःवरच्या आणि इतरांवरच्या विश्वासातून निर्माण झालेला असतो. अशा प्रकारच्या विश्वासातून हृदयाचं हृदयाशी नातं जोडलं जातं. मनाचं मनाशी नातं जोडलं जातं. टीमच्या सकारात्मक गतिशीलतेतून हाच अर्थ सूचित होत नाही का?

टीममधील सदस्यांमध्ये परस्परांविषयी मोठ्या प्रमाणात अविश्वास असेल, तर प्रामुख्यानं टीममध्ये समस्या निर्माण होतात. एकमेकांविषयी शंका असतील तर त्याच्यातून अविश्वासाची निर्मिती होते आणि ज्या वेळी गटाच्या ऊर्जेत मनापासूनच्या आनंदाची संपूर्ण जाणीव नसते, त्या वेळी शंका निर्माण होतात. म्हणून टीमनं नैसर्गिक पद्धतीनं गतिशीलपणे व ऊर्जेसह काम करण्यासाठी सदस्यांमध्ये मोठ्या प्रमाणातील मनमोकळेपणा असण्याची आवश्यकता असतो. आनंदातून मनमोकळेपणाची निर्मिती होते आणि ती अमर्याद असते. ती अनंतापर्यंत पोहोचते. तो मर्यादित असण्याचं काहीच कारण नसतं. तो नेहमीच आपल्या अस्तित्वात खोलवर उपलब्ध असतो. तो आपल्याला अधिक उन्नत पातळीवर नेतो, आपली प्रगती घडवून आणतो आणि आपल्याला अधिक शक्तिशाली करतो. 'नंदनवनाची' निर्मिती करण्याची, 'स्वर्गाची' निर्मिती करण्याची संपूर्ण संकल्पना ही अंतर्गत आध्यात्मिक प्रेरणेच्या संदर्भातील एक संकल्पना आहे. आनंदाची अनुभूती हीच ही आध्यात्मिक प्रेरणा असते.

आपल्या दैनंदिन जीवनात या गोष्टींचं आपल्याला विस्मरण झालं आहे. जीवनासाठी आणि नेतृत्वासाठी आवश्यक असलेला प्रमुख धडा, मुख्य शिकवण आपण विसरून गेलो आहोत असं वाटतं. परस्परांविषयी वाटणाऱ्या आदरातून आनंद मिळतो ही ती शिकवण आहे. आपण आक्रमकतेच्या, स्पर्धात्मक वर्तनाच्या जगात राहत आहोत. स्पर्धा ही निकोप असते; परंतु सूडाची, एकमेकांविषयीच्या आकसाची भावना निकोप नसते. खरं तर गीतेतील ही अत्यंत विस्मयजनक, विलक्षण शिकवण आहे. गीतेत कृष्ण अर्जुनाला शत्रूचा कधीही तिरस्कार न करण्याचा सल्ला देतो, कारण अशा तिरस्कारातून अधिक उच्च हेतू कधीही साध्य होत नाही. तिरस्कारामुळे लोकांच्या मनात फक्त भीती निर्माण होते आणि भीती हा उत्तम प्रकारे जीवन जगण्यातील अडथळा असतो.

एखाद्या व्यक्तीनं आपल्या अत्युत्कृष्ट अवस्थेत राहावं आणि जगावं हाच आध्यात्मिकतेचा उद्देश आहे. तुम्ही सगळ्या नकारात्मकतांचा कायापालट घडवून आणला आणि त्यांना सकारात्मकतेकडे वळवलं तरच हे घडून येतं. आनंद, हर्ष ही सर्वाधिक सकारात्मक गोष्ट असते. आनंदासमोर भीती गायब होऊन जाते. अंधार नष्ट होतो आणि व्यक्ती अंतर्भागातील प्रकाशानं भरून जाते. तो आंतरिक प्रकाश असतो आणि तो कृतींमधून जगात अभिव्यक्त होतो.

तथाकथित 'वास्तव' जग हे आपल्या मानसिक आणि आध्यात्मिक अवस्थेहून फारसं भिन्न नसतं. जग हे आपल्या अंतःकरणात आपण किती खोलवर शिरलो आहोत, आपलं अंतरंग कसं आहे, त्याचंच प्रतिबिंब असतं. आपल्या अंतरंगात आपण शांत आणि आनंदी असलो तर इतरांशी होत असलेल्या आपल्या अन्योन्यक्रियाही तशाच शांततामय आणि आनंदी स्वरूपाच्या असतात. आपण इतरांच्या ऊर्जांमध्ये वाढ घडवू शकतो आणि असं करताना आपण उत्स्फूर्तपणे सकारात्मक नेते होतो. आपलं पद काहीही असलं किंवा स्थिती काहीही असली तरी त्याने काहीच फरक पडत नाही. आपण कोणत्याही परिस्थितीत असलो तरीही त्यामुळे काहीच फरक पडत नाही.

म्हणून इतरांविषयी नावड निर्माण होणं, भीती वाटणं या अवस्थांमधून बाहेर पडा. तुम्हाला आनंदी स्पंदनांची निर्मिती करण्यास सक्षम करणाऱ्या परिस्थितीच्या दिशेनं पुढे चला. तुम्ही कोणत्याही गटात असलात तरी काहीही फरक पडत नाही. तुम्ही व्यावसायिक टीममध्ये असू शकाल, खेळाडूंच्या संघात असू शकाल. तुम्ही एखाद्या लष्करी तुकडीत असू शकाल; पण त्यामुळे काहीच फरक पडत नाही. ज्या वेळी टीममध्ये परस्परांविषयी विश्वास असतो आणि आनंद नांदत असतो त्या वेळी तुम्ही कोणत्याही आव्हानाला तोंड देण्यास सक्षम असता.

याच धर्तीवर कृष्ण अर्जुनाला असं सांगतो की, तो जर आनंदाच्या विरुद्ध प्रकारच्या अवस्थेत म्हणजेच नैराश्याच्या अवस्थेत असेल, तर अशा परिस्थितीत आपल्या बरोबरच्या योद्ध्यांनी निर्भयतेच्या आणि खरोखरच्या लढवय्येपणाच्या अवस्थेतून लढावं अशी अपेक्षा तो कशी काय बाळगू शकेल? आपला नेता नैराश्यग्रस्त असल्याचं पाहिल्यानंतर त्याचे सैनिक आणि सोबतचे सेनाधिकारीही त्याच्यासारख्याच नैराश्यग्रस्त अवस्थेत

राहतील. त्या महायुद्धात अर्जुन हा एक अतिशय महत्त्वाचा योद्धा होता. अर्जुनाच्या नैराश्यपूर्ण अवस्थेमुळे त्या सैन्याची संपूर्ण ऊर्जा आणि सामूहिक गतिशीलता ही त्यांच्या प्रत्यक्ष क्षमतेहून खूपच खालावली असती. त्यामुळे ते जे युद्ध करणार होते, त्याच्यातून कोणतीही चांगली गोष्ट निर्माण झाली नसती. निराशा दूर करण्यासाठी सर्वप्रथम शत्रुत्वाची भावना दूर केली पाहिजे आणि फक्त आनंदाच्या मार्गानंच शत्रुत्वाच्या भावनेचा नाश होऊ शकतो. त्या मार्गाचे प्रवेशद्वार उघडा आणि त्या मार्गावर प्रवेश करा, त्यामुळे जीवनातील बहुतांश मानसिक आणि आध्यात्मिक पेचप्रसंग सुटतील, त्यांविषयीच्या द्विधा मनःस्थिती नाहीशा होतील.

'तुम्ही स्मित करा म्हणजे संपूर्ण जग तुमच्याबरोबर स्मित करेल,' असं म्हटलं जातं. म्हणून तुमच्या जगाची तुम्हीच निर्मिती करता! तुम्ही आनंदी नसाल, तर इतर लोक तुमच्याबरोबर आनंदानं वागतील अशी अपेक्षा ठेवू नका; पण जर तुम्ही आनंदी असाल तर लोक तुमच्याकडे आकर्षित होत असल्याचं तुम्हाला आढळेल. कारण आनंद हाच तुमच्याकडे असलेला सर्वांत मोठा खजिना आहे. लोक फक्त तुमच्या अंतरंगातून बाहेर पडत असलेल्या आनंदाच्या लहरींकडे आकर्षित होतात आणि त्यांच्यामुळे स्वतःही आनंदित होतात. जे लोक आनंदाचं उत्सर्जन करतात, ते खऱ्या अर्थानं नैसर्गिक आणि उत्स्फूर्त नेते म्हणून विकसित होतात.

प्रकरण ८

स्वामित्व भावनेचा त्याग हा आध्यात्मिकतेचा महत्त्वाचा भाग

***शिकवण** : कृष्ण अर्जुनाला अस्तित्वाच्या एका मुक्त आणि अनासक्त अवस्थेकडे नेत आहे. ज्या वेळी व्यक्ती अशा अवस्थेत असते त्या वेळी ती निर्भय आणि अत्यंत गतिशील होते. ज्या वेळी कोणत्याही प्रकारच्या स्वामित्वाची किंवा अधिकाराची जाणीवच नसते त्या वेळी तिथे भय वाटण्याजोगं काय असतं? अनासक्तीचे बीज आपल्या जीवनांमध्ये आणि नेतृत्वाच्या भूमिकांमध्ये महानतेची निर्मिती करतं. ही गोष्ट अर्जुनाला तोंड द्यावं लागलेल्या परिस्थितीसारख्या बिकट परिस्थितींमध्ये किंवा अवघड स्थितींमध्ये प्रामुख्यानं महत्त्वाची असते.*

सर्व प्रकारचा संचय आणि स्वामित्वाची भावना या गोष्टी निरर्थक असतात हा गीतेतील एक महत्त्वाचा भाग आणि *सार* आहे. स्वामित्व किंवा अधिकारात्मकता आपल्यावर प्रतिबंध लादते आणि आपल्याला गतिशील होण्यापासून रोखते. भगवत्गीता असं सांगते की, आपण सर्व गोष्टींवरच्या स्वामित्वाचा म्हणजेच *अधिकारात्मकतेचा* त्याग केला पाहिजे. आपलं शरीर, आपल्या आसक्ती, आपले नातेसंबंध आणि त्याहूनही महत्त्वाची गोष्ट म्हणजे आपली कर्मं आणि त्यांचे परिणाम यांच्याविषयीच्या स्वामित्व

भावनेचा आपण त्याग केला पाहिजे. नेतृत्वाच्या दृष्टिकोनातून ही गोष्ट अत्यंत महत्त्वाची आहे.

फक्त अनासक्तीच्या कर्मातूनच खरोखरची गतिशीलता निर्माण होते. अन्यथा आपण सातत्यानं चिंताग्रस्त, काळजीग्रस्त अवस्थेत असतो. अखेरीस, या काळज्या आणि चिंता आपल्या मानवी क्षमतांना मर्यादित करतात. आपल्या नेतृत्वाच्या क्षमतेत त्या अडसर होतात.

स्वामित्वाची भावना काय करते? तुमच्या स्वतःच्या जीवनात तुम्ही हे पाहिलंच असेल की, स्वामित्व भावनेमुळे तुम्ही फक्त दुखावले जाता. ती फक्त तुमच्या मनात नैराश्य निर्माण करण्यास कारणीभूत होते. चिंता निरर्थक आहे, सगळ्या काळज्या निरर्थक आहेत, कारण अखेरीस आपल्याला मृत्यूच्या भौतिक सत्यासमोर गुडघे टेकावेच लागणार आहेत ही जाणीव असणं म्हणजे आध्यात्मिकता होय. जीवनाच्या अधिक महान वैश्विक शक्तीच्या दयेवर आपण अवलंबून आहोत. तरीही लोक चिंता, काळज्या करत राहतात आणि या चिंतेचं मूळ स्वामित्वाच्या, अधिकाराच्या भावनेत असतं. आपण स्वामित्वाच्या भावनेला आपल्या मनातून घालवून दिलं, तिला तसंच सोडून दिलं, तर आपल्याला अस्तित्वाची सखोल अंतर्गत शांतता प्राप्त झाल्याचं तुम्हाला आढळेल. तुम्ही स्थिरचित्त, शांतचित्त व्हाल. कृष्णाचे दिव्य शब्द ऐकल्यानंतर अर्जुन जसा स्थितप्रज्ञ, स्थिरचित्त आणि निश्चिंत झाला होता, तसेच तुम्हीही व्हाल. गीतेचं हेच सार आहे आणि आध्यात्मिक व गूढ शोधाचाही हाच महत्त्वाचा भाग आहे.

गीता कोणत्याही प्रकारच्या नैतिक शिकवणुकीचा उपदेश करत नाही, यामुळेच गीता अद्वितीय ठरते. भौतिक आणि आध्यात्मिक अशा दोन्ही पातळ्यांवर तिच्या शिकवणुकी व्यवहार्य आहेत. ती असं सांगते की, तुमचं जीवन प्रामाणिकपणे आणि भरभरून जगा; परंतु तरीही जर एक योद्धा किंवा नेता म्हणून खऱ्या यशाची स्थिती तुम्हाला प्राप्त करून घ्यायची असेल, तर अनासक्ती हा तुमचा पुढचा मार्ग आहे याची जाणीव बाळगून जगा. हे एक गूढ सार आहे. ज्या योद्ध्याला त्याच्या आसक्तींविषयी आणि नाती, जय-पराजय यांसारख्या विविध गोष्टींवरच्या त्याच्या स्वामित्वाविषयी कमालीची चिंता वाटते, तो रणांगणात गतिशीलतेनं युद्ध करू शकत नाही. कृष्ण अर्जुनाला हेच सांगतो की : तुला तुझ्या ऊर्जेचा कायापालट घडवून आणावा लागेल. तुझी जाणीव अनासक्तीच्या कर्माच्या दिशेला वळव. तिथे तिला

खुली कर. फळाची इच्छा न बाळगता फक्त कर्म करत राहा. निष्काम कर्म कर. फक्त याच मार्गानं तू आध्यात्मिकदृष्ट्या आणि गूढ पातळीवर मुक्त होशील आणि त्याबरोबरच भौतिक पातळीवरही कर्म करण्यास मुक्त होशील. महान नेतृत्वाची हीच महान ओळख असते. आपल्या जीवनऊर्जेची भरभराट होण्यासाठी आपल्याला एका उचित वातावरणाची गरज असते असा याचा अर्थ आहे आणि स्वामित्वाची आणि आसक्तीची भावना उचित मानसिक वातावरण निर्माण करण्यास मदत करत नाही. ती आपल्याला भयभीत करते. ती आपला थरकाप उडवते. ज्याप्रमाणे अर्जुनाची गात्रं शिथिल झाली होती आणि तो थरथरत होता, त्याप्रमाणे ही भावना आपल्यालाही तशाच स्थितीत नेते.

शरीराला कंप सुटलेल्या अर्जुनाचं अत्यंत करुणास्पद वर्णन गीतेत करण्यात आलं आहे. त्याचं लक्ष विचलित झालेलं आहे आणि तो कशामुळे, कसा विचलित झाला आहे? मूलतः त्याच्या नात्यांविषयीच्या स्वामित्वाच्या भावनेमुळे त्याचं चित्त विचलित झालं आहे. सदसद्‌विवेकबुद्धीनुसार, योग्य आणि अयोग्य असलेल्या कल्पनांवरच्या स्वामित्वाच्या भावनेमुळे तो विचलित झाला आहे. युद्धानंतर काय घडेल याविषयीच्या त्याच्या अनुमानांमुळे तो विचलित झाला आहे. कृष्ण अर्जुनाला हीच महत्त्वाची गोष्ट सांगत आहे की, अर्जुनानं स्वामित्वाची ही जाणीव पूर्णपणे सोडून दिली पाहिजे. कारण या वैश्विक महासागराचा अर्जुन फक्त एक भाग आहे आणि तो या महासागराचा भाग असल्यामुळे त्याला त्याच्या लाटांबरोबर वाहत जावंच लागणार आहे. मोठ्या व्याप्तीतून वाहत जाण्याची क्षमता म्हणजेच गतिशीलता आणि नेतृत्व होय. जर एखादी व्यक्ती हे समजून घेण्यास सक्षम झाली तर तिच्या अंतःकरणातील कोणत्या तरी सखोल गोष्टीमध्ये जागृती घडून येते. तुमचं तत्काळ जाणिवेत रूपांतर होतं, कारण त्यानंतर तुम्ही स्वतः अमर्याद असल्याची जाणीव तुम्हाला होते.

आपण अमर्याद असल्याची जाणीव हेच खरोखरच्या महान नेतृत्वाचं मुख्य सार असतं. याच्यातूनच ते खरोखरच्या आत्मविश्वासाकडे जातं. याच्यातूनच करिष्मा असलेलं नेतृत्व निर्माण होतं. अमर्यादपणाची जाणीव झाली की, व्यक्ती निर्भय होते, ती धाडसी होते. तिचे निर्णय अत्यंत चैतन्यशील आणि प्रभावी होतात. तुमच्या अंतर्यामीची कुठली तरी प्रकाशमान गोष्ट वाढू लागते. तिचा विकास होऊ लागतो आणि लोक

याच अंतर्गत तेजस्वीपणाकडे, प्रकाशमानतेकडे आकर्षित होतात. सगळी चिंता नाहीशी होते आणि एकदा सगळी चिंता नाहीशी झाली की, तुम्ही सदसद्विवेकबुद्धीवर, जाणिवेवर प्रभुत्व मिळवता. अखेरीस, नेतृत्वशक्तीवर प्रभुत्व मिळवण्यासाठी तुम्हाला जाणिवेवर, सदसद्विवेकबुद्धीवर प्रभुत्व मिळवण्याची आवश्यकता असते.

आध्यात्मिक कल्याणासाठी तुम्हाला संन्यस्तपणाची किंवा विरक्तीची अगर तपःश्चर्येची शिडी चढून जाण्याची काहीच गरज नसते. तुम्हाला फक्त काही थोड्याच गोष्टींच्या क्षणांविषयी जागरूक व्हावं लागतं आणि त्या थोड्याच गोष्टींना जाणून घेतल्यावर लगेच अचानकच तुम्ही मुक्त होता. एकाएकी अस्तित्वाचे सगळे दरवाजे तुमच्यासाठी उघडले गेल्याचं तुम्हाला दिसून येतं. ती मुक्ती मिळाल्याची आत्यंतिक सुखकारक संवेदना असते. कृष्ण अर्जुनाला उपदेश करत असताना सातत्यानं याच प्रकारच्या मुक्तीवर भर देतो. तो सांगतो की, स्वामित्वाच्या भावनेनं मर्यादित नसलेल्या, तुझ्या अंतर्यामातील विशाल अवकाशाचा शोध घेणं म्हणजेच मुक्ती होय. अशा प्रकारचं धैर्य मिळवल्यानंतर तुझा अस्तित्वावर विश्वास बसेल. असं करून तू हृदयाच्या आणि मनाच्या पातळीवर प्रभावशाली, चैतन्यशाली होशील. या प्रक्रियेच्या माध्यमातून कोणत्याही अनावश्यक गोष्टीवरच्या स्वामित्वाविषयीचे तुझ्या मनातील विचार कमी होत जातील. तुझ्या मनातील त्यांच्याविषयीची स्वामित्वाची भावना अधिकाधिक अल्प होत जाईल; पण फक्त एवढंच होणार नाही, तर तू जाणिवेच्या अधिक उच्च प्रदेशात विहरण्यास सक्षम झाल्याचंही तुझ्या लक्षात येईल. हीच ध्यानावस्था होय. तिथे तुम्ही काय करता त्याला फारसं महत्त्व नसतं.

गीतेला अत्यंत महत्त्वपूर्ण, परमपवित्र ग्रंथ म्हणतात, त्याची हीच कारणं आहेत. गीता तुम्हाला जीवनाचा व्यवहार्य मार्ग शिकवते; पण त्याच वेळी ती तुम्हाला या जीवनातून वाहत असलेल्या गूढ आध्यात्मिक बंधाचं सारही शिकवते. जीवनाच्या अत्यंत महत्त्वाच्या आणि जीवनात कायापालट घडवून आणणाऱ्या पैलूंवर खरोखरचा भर देणं हाच तो गूढ आध्यात्मिक बंध असतो. आनंदाचा अनुभव, अस्तित्वासमोर धाडसानं, धैर्यानं खुलेपणानं उभं राहणं आणि तुमच्या ऊर्जेला शक्य तितक्या कमाल मर्यादेपर्यंत खुलं करणं या गोष्टी केल्या पाहिजेत याची भगवत्गीता आपल्याला सातत्यानं आठवण करून देत राहते. आपण मानसिक स्वामित्वाच्या शृंखलांनी

अधोगामी दिशेत बद्ध झाल्यामुळे आपल्याकडच्या संपूर्ण ऊर्जेचं आपण जगात उत्सर्जन करू शकत नाही म्हणून तुमच्यात या ऊर्जेचा वसंत बहरू द्या. तुमच्यामधून त्या दिव्य अमृताचं कारंजं उसळून पुढे जाऊ दे; पण ज्या वेळी त्याच्यावर तुम्हीच ठेवलेला स्वामित्व भावनेचा खडक दूर करून तुम्ही त्याला मुक्त करू शकाल त्याच वेळी हे घडून येईल. स्वामित्वाच्या भावनेचा त्याग ही गोष्ट अंधाऱ्या खोलीला प्रकाशानं उजळून टाकण्यासारखी असते. अचानकच तुमच्या लक्षात येतं की तुमच्या अस्तित्वाला इतरांचे आदेश, आज्ञा पाळण्याची गरज नाही. तुम्ही अत्यंत एकसंध, एकात्म आणि अत्यंत शक्तिशाली असल्याची सखोल भावना तुमच्यामध्ये निर्माण झाल्याचं तुमच्या लक्षात येतं, कारण स्वामित्वाच्या, आसक्तीच्या भावनेपासून तुम्ही सुटका करून घेतली की, मग घाबरण्याजोगं काहीच नसतं.

अस्तित्वाचं मर्म असलेलं त्याचं छुपं केंद्रही तुमच्यातच दडलेलं असतं. तोच तुमच्या अस्तित्वाचा गाभा असतो; पण तुम्हाला त्याचा शोध लागलेला नसतो, कारण तुमच्या आसक्तीच्या, स्वामित्वाच्या भावनेत तुम्ही नको इतके गुंतलेले असता. तुमचं पद, प्रतिष्ठा किंवा तुमच्याकडे असलेली संपत्ती याच्याशी या केंद्राचा काहीही संबंध नसतो. खरं तर तुमच्याकडे असलेल्या संपत्ती किंवा तुमच्या मालकीच्या, तुमचा अधिकार असलेल्या गोष्टी ही तुमच्यासमोरची समस्याच नसते. फक्त तुमच्या मनातील त्यांच्याविषयीची स्वामित्वाची भावना हीच तुमच्यासमोरची खरी समस्या असते. एकदा तुम्ही तिच्यातून स्वतःची सुटका करून घेतली की, तुमच्या कृतीविषयी, कर्माविषयी तुमच्या मनात तीव्र, उत्कट इच्छा निर्माण होते आणि अशा उत्कट इच्छेतूनच तुम्ही तुमचं कर्म करू लागता. मूलभूत पातळीवर अशी उत्कट, तीव्र इच्छा असणं हाच महान नेतृत्वाचा अर्थ आहे.

प्रकरण ९

आत्मप्रौढीचा आणि अहंकाराचा गीता नाश करते

***शिकवण :** कृष्ण अर्जुनाच्या अहंकाराला हसत-हसतच चूर करून टाकतो. आपला अहंकार हाच आपल्या सर्वोच्च यशाच्या, अनुभूतीच्या आणि आनंदाच्या मार्गातील खरा अडथळा आहे, हे अर्जुनाला अचानकच स्पष्टपणे दिसू लागतं. अहंकार आपल्या मनाला जखमी करतो आणि आपल्या ऊर्जांच्या प्रवाहांमध्ये अनैसर्गिक स्वरूपाचे अडथळे निर्माण करतो. तुमच्या अस्तित्वात भक्तीच्या, निष्ठेच्या आणि अहंकाररहिततेच्या दृष्टिकोनाची रुजवणूक आणि विकास करा, हाच कृष्णाचा सर्वोच्च संदेश आहे. नेत्यांनी ही गोष्ट समजून घेणं अत्यंत महत्त्वाचं आहे, कारण अहंकार हीच नेत्यांमध्ये असलेली सामाईक दुर्बलता असते. अहंकारामुळे व्यक्तीचं जीवन आणि मानवी क्षमता वाया जाते. आता हा अहंकार सोडून द्या. असं केल्यानंतर तुम्हाला हलकंफुलकं, आनंदी, सक्षम झाल्यासारखं वाटेल आणि असं होण्यास आपण अधिक पात्र असल्यासारखंही वाटेल.*

गीता आत्मप्रौढीच्या आणि *अहंकाराच्या* भावनेवर जोरदार प्रहार करून तिचा संपूर्ण नाश करते, हा नेतृत्वाच्या दृष्टीनं अत्यंत महत्त्वाचा असा

गीतेतील मुद्दा आहे. अहंकार हीच नेत्यांच्या समोरची महत्त्वाची समस्या असते. सर्व गोष्टी घडवून आणणाऱ्या अधिक उच्च शक्तीचं आपण साधन आहोत, असं मानण्याऐवजी आपणच सर्व गोष्टींचे कर्ते आहोत, या दृष्टीनं स्वतःकडे पाहणं हेच अहंकारभावाचं मूळ आहे. कृष्ण अर्जुनाला सांगतो की, 'ज्याचं मन अहंकारात लिप्त झालेलं असतं तो 'मीच कर्ता आहे,' असा विचार करतो.

कुरुक्षेत्राच्या रणांगणावर जगाच्या किंवा सुसंस्कृत जगाच्या सर्व भागांतून मोठमोठे, बलाढ्य योद्धे जमले होते. महाभारतात असंच सांगण्यात आलं आहे. ते लोकांचे नेते होते आणि त्याबरोबरच कसलेले महान योद्धेही होते. मात्र त्यामुळेच त्यांच्यापैकी अनेक योद्ध्यांची मनं अहंकारात लिप्त झाली होती. ते अहंभावी दृष्टिकोनातून युद्ध करत होते. ते आपलं वर्चस्व प्रस्थापित करण्याचा प्रयत्न करत होते. ते नेते म्हणून आपलं महत्त्व आणि आपली सत्ता प्रस्थापित करण्याचा प्रयत्न करत होते. मात्र वस्तूंच्या ब्रह्मांडीय योजनेत अंतिमतः कोणतीही व्यक्ती महत्त्वाची नसते, हे कृष्ण अर्जुनाला दाखवतो. कृष्ण विश्वरूप धारण करतो. ते सगळे महान योद्धे आणि नेते भगवंताच्या विश्वरूपाच्या मुखात जात असल्याचं अर्जुनाला दिसून येतं. सगळेच मृत्यूच्या दिशेनं निघालेले असतात. भगवान श्रीकृष्ण हसतो आणि अर्जुनाला सांगतो की, अखेरीस माणूस हा परमात्म्याच्या, प्रत्यक्ष भगवानाच्या लीलेतील फक्त एक प्यादं, फक्त एक साधन आहे. आपण अहंकाराचा त्याग केला पाहिजे आणि अधिक महान वैश्विक आध्यात्मिक सत्य हेच कर्ता आहे, आपली स्वतःची मर्यादित अस्तित्वं ही कर्ता नाहीत, हे जाणून घेण्याची आवश्यकता असते. परमेश्वरी आज्ञेचं पालन करणारं आपण हे परमेश्वराचं एक साधन आहोत. आपण फक्त निमित्तमात्र आहोत आणि कर्ताकरविता परमेश्वर आहे हे समजून घेण्याची गरज असते.

मात्र माणसानं स्वतःकडे अत्यंत मध्यवर्ती भूमिका घेतली आहे, हीच धर्मातील आणि नेतृत्वातील अशा दोन्ही क्षेत्रांतील समस्या आहे. माणसाला असं वाटतं की, तोच अस्तित्वातील सर्वाधिक महत्त्वाची गोष्ट आहे. ब्रह्मांडाच्या योजनेत माणूस किती क्षुद्र, किती क्षुल्लक आहे हे दाखवून भगवान श्रीकृष्ण अर्जुनाला असं समजावतो की, महानतेची सुरुवात ही साधेपणातून, विनम्रतेतून झाली पाहिजे. साधेपणातून आणि विनम्रतेतूनच महानता निर्माण होते. साधेपणाला आणि विनम्रतेला समजून घेण्यातूनच

खरोखरची अंतर्दृष्टी प्राप्त होते आणि या खऱ्या अंतर्दृष्टीमुळेच व्यक्ती अधिक महान होते.

म्हणून आपल्याला अहंकारासह किंवा आपल्या पदाच्या प्रतिष्ठेसह किंवा आत्मप्रौढी मिरवत लढा द्यावयाचा नसून फक्त अधिक व्यापक अस्तित्वाच्या हातातील साधन म्हणून लढा द्यावयाचा आहे हे समजून घेतल्यानंतर माणूस अधिक महान होतो. ही गोष्ट अत्यंत महत्त्वाची असते, कारण खरोखरचा महान नेता होण्यासाठी– आपण एका महान ब्रह्मांडीय लीलेचे फक्त साक्षीदार आहोत याचं व्यक्तीकडे सखोल आकलन असण्याची गरज असते. असं करत असताना, आपल्याला या संपूर्ण योजनेतील आपल्या वैयक्तिकपणाचा शोध लागतो. आपलं खरं व्यक्तिमत्त्व आपल्या कर्मानंच उजळून निघतं. अस्तित्वाचा हा मूलभूत गूढ आध्यात्मिक पैलू आपल्याला समजला की, मग आपली बुद्धी तिच्या खरोखरच्या क्षमतेपर्यंत बहरू शकते, विकसित होऊ शकते. त्यानंतर आपल्या अस्तित्वात इतक्या मोठ्या प्रमाणात पुनरुत्थान घडून येतं की, अस्तित्वाची साधनं म्हणून आपण खरे हिरे आहोत याची आपल्याला जाणीव होते; परंतु जर आपण अहंभावनेतून, 'मी'पणातून कर्म केलं, तर आपण म्हणजे फक्त धूळ असतो, कारण अस्तित्व आपल्याला क्षणार्धात नष्ट करू शकतं.

भगवंत अर्जुनाला असं सुचवतो की, अर्जुनानं त्याच्या व्यक्तिमत्त्वाची जाणीव सोडून द्यावी. अंतिमतः आपण राजे आहोत या जाणिवेचाही त्याने त्याग करावा आणि पूर्णपणे एक दुर्बल मानव असल्याची जाणीव धारण करावी. दुर्बल मानव असणं याचा अर्थ आपल्या खऱ्या आध्यात्मिक केंद्राला समजून घेण्यास सुरुवात करणं आणि त्याच्या गाभ्याच्या अधिक निकट पोहोचणं असा आहे. आपल्या आध्यात्मिक केंद्राच्या अधिक जवळ असल्यामुळे आपल्या स्वत्वात एक नवीन जाणीव निर्माण होते. त्यानंतर व्यक्ती जगात सकारात्मक योगदान देणारी व्यक्ती होते.

माणसानं निसर्गाचा नाश केला आहे : माणूस स्वतःच स्वतःला पृथ्वीवरची सर्वोच्च महान गोष्ट समजू लागला आहे. असं समजल्यामुळे तो सर्व प्रकारे पर्यावरणाचा ऱ्हास करत आहे. तो फक्त आपल्या बरोबरच्या इतर माणसांचंच शोषण करत नाही, तर या सुंदर पृथ्वीवर आपल्या सहअस्तित्वात असलेल्या सर्व सजीवांचं आणि परिसंस्थांचंही शोषण करत आहे. आधुनिक काळात या समस्या अधिक प्रकर्षानं समोर येत आहेत म्हणूनच 'प्रत्येकाचं

उचित स्थान समजून घेणं,' या गीतेतील संदेशाला आधुनिक जगाच्या दृष्टीनं कालातीत महत्त्व आहे. निसर्गाची आणि इतर सर्वच गोष्टींची जपणूक करण्याची जबाबदारी आपल्यावर आहे, ही गोष्ट आजच्या नेत्यांनी पूर्वी कधीही नव्हती इतक्या अधिक प्रमाणात समजून घेण्याची गरज आहे. पर्यावरण संवर्धनाची आपल्यावर अतीव जबाबदारी असल्याचं त्यांनी समजून घेतलं पाहिजे. आपल्या बरोबरच्या माणसांविषयी सहानुभूतीनं, समरसतेनं वागण्याची गरज असल्याचं त्यांनी जाणलं पाहिजे. फक्त असं केल्यामुळेच त्यांच्या नेतृत्वाच्या गुणवत्तेचा कायापालट घडून येईल. अन्यथा, ते आपल्या अहंकारातूनच कार्य करत राहिले तर ते विघातक, विध्वंसक ठरतील.

नेत्याप्रमाणे योद्ध्यानंही आपण केवळ परमेश्वराचं साधन म्हणून लढत आहोत आणि कोणत्याही क्षणी आपण नष्ट होऊ शकतो हे समजून घेतलं पाहिजे. जाणिवेच्या अशा अवस्थेत सर्जनशीलतेच्या आणि खऱ्या आध्यात्मिक शक्तीच्या झऱ्याचा माणसाच्या अंतरंगात उगम होतो आणि तो अधिक शक्तिशालीपणे साकार होतो. माणूस स्वतःला अस्तित्वाचा गूढ आध्यात्मिक पैलू आणि अस्तित्वाचा निकटचा विश्वासार्ह भाग समजू लागतो. असं करताना तो अतिशय विनम्रपणे वागण्यास सुरुवात करतो आणि आपल्या पर्यावरणाशी अधिक प्रभावीपणे आणि अधिक ताकदीनं जोडला जातो. त्याच्या भोवतालच्या लोकांशी तो अधिक जाणीवपूर्वक, दक्षतेनं वागू लागतो. त्याच्या पदानुसार त्याच्यावर असलेल्या जबाबदाऱ्यांविषयी तो अधिक जाणीवपूर्वक, दक्षतेनं वागू लागतो. सर्व धर्मांची हीच गूढ, आध्यात्मिक शिकवण आहे, मात्र तरीही गीतेत तिचं अत्यंत आकर्षक सार देण्यात आलं आहे.

अर्जुनाच्या मनातील आत्मप्रौढीची, आत्मस्तुतीची जाणीव नष्ट करण्यासाठी कृष्ण मोठेच परिश्रम घेतो. अर्जुनाला असं वाटत असतं की, त्याच्या समस्याच सर्वाधिक महत्त्वाच्या आहेत, त्याच्या चिंताच सर्वाधिक महत्त्वाच्या आहेत; परंतु कृष्ण त्याला असं दाखवून देतो की, अंतिमतः अस्तित्वाचा मूळ स्रोतच महत्त्वाचा आहे आणि आपण सगळेच जण त्या शक्तींच्या लीलेतील फक्त अभिनेते आहोत. हे समजून घेतल्यानंतरच अर्जुनाच्या मनात खरी आध्यात्मिक इच्छा निर्माण होते आणि तिची तीव्रता वाढण्यास सुरुवात होते.

आध्यात्मिक शक्तीमध्ये मानसिक इच्छेच्या तुलनेत प्रचंड मोठी शक्ती असते. ती शारीरिक सामर्थ्याच्या तुलनेत कितीतरी अधिक पटींनी

शक्तिशाली असते, कारण तीच आपल्या जाणिवेचा पायाभूत भाग असते. यातून मिळणारी अंतिम शिकवण अशी आहे की, अस्तित्वाची महानता आणि उदात्तता साजरी करण्यासाठीच आपण इथे पृथ्वीवर आलो आहोत; परंतु आपल्या अहंकारांच्या माध्यमातून कृती केल्यामुळे आपल्याला त्याचं विस्मरण झाल्याचं दिसतं. पृथ्वीवरच्या या जीवनाच्या रूपानं आपल्याला एका महान खजिन्याचा लाभ झाल्याबद्दल आपण उत्स्फूर्तपणेच कृतज्ञ असलं पाहिजे. ही जाणीव बाळगल्यानंतर आपण खूपच अधिक जबाबदार आणि तरीही अधिक साधेपणानं वागणारे नेता होतो. साधेपणा हा अतिशय महत्त्वाचा आहे. आपल्याला मर्यादा घालणारे अनावश्यक भाग आपल्यापासून दूर केले पाहिजेत. त्यातही वृथा अभिमान आणि अहंकार हे सर्वाधिक अनावश्यक भाग असतात, कारण ते आपल्याला महत्त्वाच्या वास्तवापासून दूर करतात. ते सत्याच्या प्राप्तीची आस आणि समाधानाची इच्छा यांची कधीही पूर्तता करत नाहीत आणि या दोन गोष्टीच मानवी जीविताचं सार असतात.

अर्जुनानं अस्तित्वाचा आणि त्याच्या नियमांचा, त्याच्या अधिक सखोल नियमांचा दक्ष निरीक्षक व्हावं, यासाठी कृष्ण सातत्यानं प्रयत्न करतो. आत्मप्रौढीच्या सगळ्या संकल्पना काढून टाकून तो अर्जुनाचं मन स्वच्छ करतो आणि हे करत असताना अधिक महान शक्तीनं आणि अधिक महान विद्वत्तेनं, शहाणपणानं तो अर्जुनाच्या मनाला आणि बुद्धीला ताजंतवानं करतो आणि त्याचं पोषण करतो.

अशा प्रकारच्या अंतर्दृष्टीच्या प्रेरणेतून योद्धा अस्तित्वाच्या अधिक शुद्ध आणि अधिक शक्तिशाली अवस्थेतून कृती करू लागतो. त्याची कृती अधिक प्रमाणातील जाणिवेनं समृद्ध झालेली असते. त्या वेळी त्याच्याकडे कोणती गोष्ट अचूक आहे आणि उचित आहे याची पारख करण्याची खूप मोठी क्षमता असते. असं करणं हीच कोणाच्याही स्वत्वाची अत्यंत सत्य, वास्तव अभिव्यक्ती असते. व्यक्ती नेता असो किंवा ती इतर कोणतीही मानवी भूमिका पार पाडत असो, जर ती आपली खरीखुरी अभिव्यक्ती करू शकली तर तिच्या संपूर्ण क्षमतेचा ती वापर करते आणि त्याच्यातून तिला खऱ्या साफल्याचा आनंद प्राप्त होतो.

प्रकरण १०

आनंद हीच आपली नैसर्गिक अवस्था आहे

***शिकवण :** भगवत्‌गीतेत उपदेश करण्यात आलेल्या मार्गावरून पुढे जात राहून अर्जुन नैराश्यावस्थेतून आनंदाच्या अवस्थेपर्यंत पोहोचतो. फक्त अंतर्गत आनंदातूनच अर्जुन रणांगणावरील सर्वश्रेष्ठ प्रकारचा योद्धा होतो. हीच तुमच्यासाठीची खरी शिकवण आहे. विशेषतः ज्या वेळी तुम्हाला अवघड आव्हानांना तोंड द्यावं लागतं, त्या वेळी तुम्ही ही शिकवण अगदी अंतःकरणापासून आत्मसात केली पाहिजे.*

जगातील सर्वच धर्मांनी एका मध्यवर्ती कल्पनेवर भर दिला आहे : स्वतःला जाणून घ्या! अशी ती कल्पना आहे. एखाद्या व्यक्तीला फक्त जैवशारीरिक किंवा मानसिक पातळीवर समजून घेणं म्हणजे स्वतःला जाणून घेणं नाही. तुमच्या अंतरंगात खोलवर तुम्ही जे कोणी खरेखुरे असता, त्या तुमच्या खऱ्या स्वरूपाला जाणून घ्या, असा याचा अर्थ आहे. आत्मबोध करून घ्या, तुमच्या स्वत्वाला समजून घ्या असा त्याचा अर्थ आहे. तुमच्या अंतःकरणात खोलवर तुमचं जे स्वत्व आहे, जो अंतरात्मा आहे, तो म्हणजेच तुमचं सत्य स्वरूप आहे, त्या स्वरूपाशी प्रामाणिक राहा. ते खरं स्वत्व होण्याचा प्रयत्न करा यावर भर देण्यात आला आहे. गीतेच्या केंद्रस्थानीही हीच शिकवण आहे. आपल्या अत्यंत नैसर्गिक स्वत्वाचा विचार केला, तर आपण म्हणजे मूलतः विशुद्ध

आणि अनंत असलेला परमानंद आहोत, असं गीता सांगते. अर्जुनाला गतिशीलतेनं कर्म करता यावं, यासाठी त्याला या मुक्त आनंदाच्या, *परमानंदाच्या* नैसर्गिक अवस्थेपर्यंत नेण्याचे कृष्ण सर्वतोपरी प्रयत्न करतो. हाच गतिशील, प्रभावशाली, सकारात्मक आणि यशस्वी नेतृत्वाचा पाया आहे. हाच योद्ध्याचा मार्ग आहे.

अर्जुनाला त्या वेळी आलेला अनुभव हा त्याच्या खऱ्या परमानंदाच्या स्व-भावाच्या, प्रकृतीच्या विरुद्ध आहे. अर्जुन स्वतःला संभ्रमित आणि दुःखी अवस्थेत असल्याचं पाहतो आणि ही अवस्था त्याच्या नैसर्गिक आनंदी प्रकृतीच्या विरुद्ध आहे. अर्जुन अधिकाधिक संभ्रमित होत जातो. तो आपल्या दुःखात अधिकाधिक गुरफटत जातो. गीता त्याला यावरचा उपाय सांगते. आपण म्हणजे शुद्ध आनंद आहोत याचं स्मरण कर आणि त्या आनंदी अवस्थेतून कर्म कर. ही अतिशय साधी गोष्ट आहे : परमानंद ही नैसर्गिक अवस्था आहे; परंतु तथाकथित खऱ्या जगात प्रत्येक जणच ही गोष्ट विसरून जातो, कारण आपण आंतरिक मौनाचा आवाज ऐकण्यास आणि आंतरिक संगीत ऐकण्यास विसरलेले असतो. हा मौनाचा आवाज आणि हे संगीत हेच आपल्या अस्तित्वाचं सार असतं. हे सगळं आपल्या अगदी अंतर्यामीच असतं; परंतु बाह्य चिंतांमुळे आपण दुःखी होतो. दुःखी असताना आपण आपल्या स्वत्वाच्या साहाय्यानं कर्म करत नाही, तर आपल्या विचारांच्या कार्यप्रणालीनुसार कर्म करतो. विचारांची कार्यप्रणाली ही स्वतः आपल्याला आनंदाच्या अवस्थेपर्यंत नेत नाही. विचार आपल्याला तर्कापर्यंत नेऊ शकतात. ते आपल्याला सिद्धान्ताची संकल्पना समजावून सांगू शकतात; परंतु त्याबरोबरच विचार आपल्याला संभ्रमापर्यंत आणि दुराग्रही, हेकेखोर विचारसरणीपर्यंतही नेऊ शकतात. जगातील सर्व प्रकारचा धार्मिक उन्माद किंवा धर्मांधता ही 'एखाद्या सांप्रदायिक किंवा एखाद्या पंथाच्या' तत्त्वांमधून किंवा 'विचारप्रणालीतून' निर्माण झाली आहे; परंतु फक्त कोणत्याही तत्त्वांमधून किंवा विचारप्रणालींमधून आपल्याला आनंदाची प्राप्ती होत नाही. त्यासाठी आपल्याला आपल्या प्रकृतीचं, आपल्या अंतरात्म्याचं स्मरण करावंच लागतं.

नेतृत्वाच्या दृष्टिकोनातून आणि वास्तविक जगात यश मिळवण्याकरिता हे कसं काय महत्त्वाचं आहे? खरं म्हणजे ही अत्यंत मूलभूत आणि महत्त्वाची गोष्ट आहे, कारण आपल्या खोलवर असलेल्या नैसर्गिक आनंदाच्या

अवस्थेची जाणीव करून घेतल्याखेरीज आपण करत असलेली प्रत्येक गोष्ट ही निरर्थक होईल आणि यंत्रमानव करत असलेल्या गोष्टींसारखी यांत्रिक ठरेल. कारण, तिच्यातून आपल्या अत्यंत सखोल पातळीवरच्या आपल्या स्वत्वाचं प्रतिबिंब पडत नाही. गूढवादातील आणि आध्यात्मिकतेतील खरं ज्ञान हे आनंदाच्या शिकवणुकीत दडलं आहे. या शिकवणुकीमुळे तुम्ही मुक्त होता. ती तुम्हाला फक्त 'टास्क' पूर्ण करावंच लागणारं जैवशारीरिक यंत्र होण्याच्या अवस्थेच्या खूपच पलीकडे नेते.

यातली समस्या अशी आहे की, खऱ्या जगातील बहुतांश परिस्थितींमध्ये लोकांचं यंत्रांपर्यंत अवमूल्यन झाल्याचं दिसतं. ते फक्त आपापली कामं किंवा 'टास्क' पूर्ण करण्याच्या मागे लागलेले असतात. याला मनुष्यबळानं करावं लागणारं काम कोणत्याही क्षेत्राचा अपवाद नाही. व्यावसायिक संघटना, उद्योगधंदे असोत किंवा राजकीय क्षेत्र, शैक्षणिक क्षेत्र यांपैकी कोणतंही क्षेत्र असो, प्रत्येक क्षेत्रात तुम्हाला हेच घडत असल्याचं दिसून येईल. अशा प्रकारे काम करत असताना ते आपले अंगभूत आणि मूलभूत गुणधर्म विसरतात; परंतु आपल्या मूलभूत आणि अंगभूत गुणधर्मांवर भर देण्यात आला, तर त्यामधून आपल्यालाच आपली खरोखरची जाणीव होते. त्यानंतर आपल्याला मोठेच कृपाशीर्वाद लाभल्याचं आपल्या लक्षात येतं. जी व्यक्ती विशुद्ध आनंद किंवा परमानंद म्हणून स्वतःला ओळखते, तिच्या मनात कृतज्ञता निर्माण होते. तिला आपल्यावर परमात्म्याची कृपा असल्याचं जाणवतं. तिला आपल्या अंतर्यामी महान गतिशील शक्ती असल्याची जाणीव होते.

आपल्या शैक्षणिक यंत्रणेच्या आणि सामाजिक प्रभावाच्या व नियंत्रणाच्या माध्यमातून आपल्याला सातत्यानं असं सांगितलं जातं की, आपण एखाद्या विशिष्ट व्यक्तीचं किंवा व्यक्तींचं अनुकरण केलं पाहिजे. आपण त्याच्यासारखं झालं पाहिजे. ही अत्यंत अनिष्ट, हानिकारक शिकवण आहे, कारण ती आपल्याकडून आपलं स्वत्व आणि वैयक्तिक नैसर्गिक आनंद हिरावून घेते.

अखेरीस, आपल्या वैयक्तिकतेला, आपल्या प्रकृतीला प्रेरणा देणारे प्रश्नच आपल्याला जीवनात प्रगती करून घेण्याच्या आणि विकासाच्या दिशेला घेऊन जातात. गीतेतील याविषयीच्या शब्दांचं हेच सार आणि अर्थ आहे.

मी गीतेचा लावत असलेला अन्वयार्थ हा गीतेतील श्लोक किंवा काही भाग उद्धृत करण्यावर आधारित नाही; पण त्याऐवजी गीतेतील सार शोधून त्याच्यातून जीवनाविषयीच्या आणि नेतृत्वाविषयीच्या कोणत्या अत्यंत महत्त्वाच्या गोष्टी शिकता येतील, त्या मी संक्षेपानं देत आहे. अशा प्रकारे विचार केल्यावर मला असं आढळून आलं आहे की, गीतेतील दोन प्रमुख पात्रांमधील संवादाच्या आधारावर, शिष्याच्या अंतरंगात खोलवर रुजलेल्या निखळ आनंदाची निर्मिती करण्याचा गीतेचा हेतू आहे. अर्जुनाच्या मनातील संभ्रम आणि चिंता त्याच्या आनंदमय ऊर्जेला तत्कालीन कर्म करण्यापासून रोखतात. कृष्ण अर्जुनाच्या मनातील हा कर्मात अडथळा ठरणारा संभ्रम आणि चिंता दूर करतो. ज्या वेळी त्याच्या सगळ्या चिंता आणि संभ्रम दूर होतात, त्या वेळी अर्जुनाकडे फक्त आशावादी, अत्यानंदाची, परमानंदाची अवस्था शिल्लक राहते. अखेरीस, अर्जुनाला प्रचंड ऊर्जेची प्राप्ती होते आणि मग आपल्या सर्वोच्च स्वत्वासह तो रणांगणाकडे कूच करतो. प्रत्येक नेत्यानं या गोष्टीचं अनुकरण जरूर केलं पाहिजे.

म्हणून तुमच्या टीमचा नेता म्हणून तुम्ही स्वतःच्या टीमच्या सदस्यांच्या मनातील सगळ्या चिंता दूर करणं महत्त्वाचं असतं. त्यांच्या मनातील भयाची जाणीव, धास्तीची जाणीव काढून टाकणं महत्त्वाचं असतं. टीमच्या सदस्यांच्या मनातील काळजी, भीती, संताप, असूया, दिरंगाई, ईर्ष्या, टाळाटाळ, संभ्रम इ. नकारात्मक गुणधर्म दूर करणं महत्त्वाचं असतं. कृष्णाप्रमाणे इतरांचा आध्यात्मिक मार्गदर्शक होऊन, कृष्णाचं काही प्रमाणात अनुकरण करून या सगळ्या गोष्टी आपण ग्रहण करू शकतो. त्यासाठी आपण त्याचं संपूर्ण अनुकरण करण्याची गरज नसते किंवा त्याची तंतोतंत नक्कल करण्याचीही गरज नसते. मात्र यातील महत्त्वाची गोष्ट अशी आहे की, आपण नेतृत्व करत असलेल्या लोकांच्या मनातील चिंता दूर करणं ही गोष्ट नेत्याच्या दृष्टीनं गरजेची असते. जर तुम्ही हे केलं, तर तुमच्या टीममधील नैसर्गिक बुद्धिमत्तेला झळाळी देण्यास तुम्ही सुरुवात करता. ज्या वेळी टीमच्या बुद्धिमत्तेला झळाळी चढते, त्या वेळी ती अत्यंत गतिशील झाल्याचं तुम्हाला दिसतं.

आध्यात्मिक अर्थानं खरोखरची बुद्धिमत्ता म्हणजे काय असतं? आनंदमय ऊर्जा नसेल तर, व्यक्तीला कशाचीही प्राप्ती होणार नाही हे समजून घेण्यापासून खऱ्या आध्यात्मिक ज्ञानाची सुरुवात होते. अस्तित्वाच्या

दुःखी अवस्थेतून जगात खरोखरच्या मूल्याची निर्मिती करण्याइतपत ऊर्जेची निर्मिती होत नाही. दुःख ही गोष्ट अगदीच विरविरीत, अस्पष्ट स्वरूपाची असते, कारण, ती माणसाच्या अंतरंगातील अत्यंत सखोल आणि अत्युच्च गोष्टीला आकृष्ट करत नाही. तुमच्या टीममधील व्यक्तींमधील सर्वोत्कृष्ट गोष्टी तुम्हाला बाहेर काढावयाच्या असतील, तर तुम्ही त्यांना काय दिलं पाहिजे हे नेहमीच लक्षात ठेवा. तुम्ही त्यांना त्यांच्या आतमध्ये, त्यांच्या अंतर्यामी खोलवर डोकावून पाहण्याची दूरदृष्टी दिली पाहिजे. त्या प्रत्येकाकडेच सर्जनशील आनंदाच्या, सर्जनशील समर्पणाच्या माध्यमातून काम करण्याची क्षमता असते. असं करताना तुम्ही त्यांच्यातील ऊर्जेच्या सुप्त साठ्यांना जागृत करता.

म्हणून महान नेता व्यक्तींच्या अंतरंगात असलेल्या त्यांच्या अंगभूत आनंदी ऊर्जेच्या सुप्त साठ्यांना जागृत करतो. असं करताना तो त्यांना अधिक उत्तम प्रकारे जगायला आणि काम करायला लावतो. अशा प्रकारे काम केल्यामुळे अखेरीस, टीमची उद्दिष्टं साध्य करणं अधिक सोपं होतं!

प्रकरण ११

शुचिता आणि साहस याकरिता अर्जुनाची निवड करण्यात आली

शिकवण : *ज्या वेळी जाणीव विशुद्ध, पवित्र असते त्या वेळी उत्स्फूर्त साहसाची निर्मिती होते. जीवनाविषयी प्रेमाची भावना बाळगून जाणिवेत विशुद्धतेची, पावित्र्याची निर्मिती करा. यामुळे नेता म्हणून जीवनात उद्‌भवणाऱ्या सर्व प्रकारच्या परिस्थितींना तोंड देण्यासाठी खूप मोठ्या साहसीपणाची निर्मिती होते. प्रेमाची विस्मयजनक शक्ती ही तुमच्यात असलेली सर्वोच्च शक्ती असते. सर्व आध्यात्मिक मार्गांचा प्रारंभ प्रेमातून होतो आणि त्यांची सांगताही प्रेमातच होते. कृष्णाच्या दृष्टिकोनानुसार, प्रेम आत्मसंतुष्टी आणि धर्मसंतुष्टी मिळवून देतं. इतिहासातील अतिशय लोकप्रिय आणि सन्माननीय नेत्यांना प्रेमाच्या महानतेविषयी आदर होता. त्यांनी जनतेला मोठ्या प्रमाणात प्रेम दिलं आणि त्याद्वारे कोट्यवधी लोकांच्या जीवनाला स्पर्श केला. त्या माध्यमातून त्यांनी पावित्र्याच्या आणि साहसीपणाच्या त्यांच्या आंतरिक मानवी क्षमतेलाही परिपूर्ण केलं.*

गीतेत अनेक गूढ आध्यात्मिक गोष्टी आहेत. त्यांच्यापैकी एक गोष्ट अशी आहे की, भगवान श्रीकृष्णाकडून उपदेश करून घेण्यासाठी अर्जुनाचीच

निवड करण्यात आली आहे. ते एकमेकांचे परम सखे किंवा मित्र होते, फक्त म्हणूनच हे करण्यात आलं आहे का? मूलतः अंतःकरणाची आणि मनाची *शुचिता* किंवा *शुद्धी* यांकरिता अर्जुनाची निवड करण्यात आली आहे. शिवाय इतर कोणत्याही गोष्टीपेक्षा त्याची निवड त्याच्याकडे असलेल्या विशुद्ध साहसामुळे करण्यात आली आहे.

भगवान श्रीकृष्ण ज्या परम सत्याविषयी सांगत आहे, ते जाणून घेण्याचं साहस अर्जुनाकडे होतं. ते जीवनाचा कायापालट घडवणारं मूलभूत सत्य आहे. सत्याला जाणून घेण्याचं आणि त्यानुसार कृती किंवा कर्म करण्याचं हे साहस हाच आध्यात्मिक पाया असलेल्या नेत्यांचा आणि योद्ध्यांचा खरा गुणधर्म असतो. आपला अंतर्गत कायापालट घडवून आणणारे हे दोन्ही गुणधर्म अर्जुनाकडे होते, कारण साहस आणि शुचिता हे अंतर्गत कायापालट घडवून आणण्यासाठी आवश्यक असलेले गुणधर्म आहेत.

अर्जुनाकडे नवीन मार्गावरून चालण्याची, नवीन मार्गाला स्वीकारण्याची क्षमताही होती. साहस म्हणजे मुळातच नवीन गोष्ट आत्मसात करण्याची क्षमता असणं होय. म्हणून संपूर्ण गीतेचा हा अतिशय महत्त्वाचा भाग आहे. वैश्विक दृष्टी, दिव्यचक्षू धारण करण्यासाठीही साहस लागतं. अर्जुनानं कृष्णाकडून ती दिव्य दृष्टी स्वीकारली. अर्थातच तिच्यामुळे त्याला दिसलेलं विश्वरूप दर्शन घेताना तो भीतीनं थरथर कापू लागला; पण तरीही त्याने ती दृष्टी स्वीकारली आणि ते सत्य पाहिलं.

कृष्णानं सांगितलेल्या गीतेत अर्जुनाच्या शंका भराभर दूर करण्यासाठी कृष्णानं जणू काही गीतेच्या श्लोकांच्या माध्यमातून तलवार हाती घेतल्यासारखं वाटतं. गीतेच्या साहाय्यानं कृष्ण अर्जुनाच्या मनातील व्यक्तिगतपणाची आणि अहंकाराची जाणीव कापून काढतो; परंतु सत्याच्या या तलवारीला ग्रहण करण्यासाठी कुरुक्षेत्रावरच्या रणांगणावरच्या सर्व व्यक्तींमध्ये फक्त अर्जुनच सक्षम होता. गीता ऐकण्यासाठी फक्त अर्जुनाचीच निवड का करण्यात आली होती, याविषयीचा हाच गूढ आध्यात्मिक संदेश आहे. होय, काही क्षणी अर्जुन भयभीत होतो. त्याची अक्षरशः बोबडी वळते; पण एकूण विचार करता, तो त्याचं शांततामय आणि धीरगंभीर वर्तन अबाधित राखण्यात यशस्वी होतो.

एखाद्या मूलभूतपणे नवीन आणि आव्हानात्मक गोष्टीचा सामना करतानाही जी व्यक्ती आपलं वर्तन अत्यंत शांतपणाचं आणि धीरगंभीरपणाचं

राखते ती महान नेता किंवा महान योद्धा असते. असं वर्तन राखण्याकरिता त्या व्यक्तीमध्ये आंतरिक प्रामाणिकपणा आणि आंतरिक एकात्मता असण्याची गरज असते. ती बाह्य गोष्टींनी मोडून पडत नाही किंवा विमनस्क होत नाही. त्याकरिता तिच्याकडे सत्यनिष्ठा आणि साहस असण्याची गरज असते. अखेरीस, एका प्रामाणिक नेत्याकडे कोणत्याही परिस्थितीला शांतपणे सामोरं जाण्याची क्षमता असते आणि हाच त्याच्याकडचा सर्वांत मोठा गुण असतो. तो आपल्या आंतरिक सामर्थ्यांना, क्षमतांना वास्तवांमध्ये रूपांतरित करतो. तसं पाहता, प्रत्येक व्यक्तीकडेच साहसीपणानं शांत राहण्याची क्षमता असते; परंतु तरीही अत्यल्प लोकच आपल्या या क्षमतेचा उपयोग विधायक गोष्टींसाठी करतात.

सहसा नेहमीच, युद्ध किंवा लढाई करण्यासाठी लोकांच्याकडे विशिष्ट प्रमाणातील निर्दयीपणा असावा लागतो; परंतु अर्जुन त्यांच्यासारखा नाही. तो पूर्णपणे क्रूर किंवा निर्दयी नाही. इतरांना ठार मारण्याविषयी त्याच्या मनात काही शंका आहेत. ज्या वेळी समोरच्या व्यक्तींना ठार मारणं किंवा त्यांना दुखावणं न्यायीपणाचं नाही असं त्याला वाटतं, त्या वेळी त्याला आपल्या शरीरातील ऊर्जेचा ऱ्हास झाल्यासारखं वाटतं; परंतु तरीही अखेरीस आपल्या शरीरातील सर्व शक्तीला, संपूर्ण ऊर्जेला एकत्रीत करण्यात तो यशस्वी होतो आणि अतिशय पवित्र मार्गानं तिला पुढे नेण्यातही तो सफल होतो. न्यायासाठी, सर्वसामान्य व्यापक हितासाठी तो परमेश्वराचं साधन होण्यास तयार होतो. महान नेता हा असाच असतो : तो आपलं आंतरिक स्वत्व प्रकाशमान करून न्यायासाठी साहस गोळा करून लढा देऊ शकतो. तो पुरेशा प्रमाणात संवेदनशील आणि विशुद्ध असतो; परंतु तो कधीही आपल्या शौर्याचा बळी देत नाही. तो इतरांवर वर्चस्व प्रस्थापित करण्यासाठी किंवा त्यांचं स्वामित्व असलेल्या गोष्टी त्यांच्याकडून हिरावून घेण्यासाठी लढत नाही. म्हणून या प्रकारे विचार करता, तो स्वार्थी हेतूनं युद्ध करत नाही. फक्त आपल्या स्वार्थासाठीच न लढणारा नेताच महान नेता असतो. त्याच्या स्वतःच्या संकुचित 'स्व'साठी लढण्याऐवजी जो नेता अधिक व्यापक कारणाकरिता युद्ध करतो, तोच महान नेता असतो. असा नेता हा धाडसी आणि बंडखोर असतो आणि तो इतरांना चांगल्या दिशेला घेऊन जातो.

इतिहासात सर्वत्र तुम्हाला पोलादी पाठीच्या कण्याचे आणि पवित्र हृदयाचे काही नेते आढळतील. ते आजतागायत दंतकथा बनून गेले आहेत.

अनेक आक्रमणकर्ते होते, अनेक विजेते राजे होऊन गेले; परंतु त्यांच्यापैकी फक्त थोड्याच लोकांना उदात्त म्हटलं गेलं आहे. चारित्र्यातील या महत्त्वाच्या उदात्त गुणधर्मातूनच शुचिता आणि धाडस या दोन्ही गोष्टी सूचित होतात. अर्जुनाच्या व्यक्तिमत्त्वाचा नेमका हाच आधार होता. मानवतेमध्ये नवीन जाणीव विकसित करण्यासाठी आणि नेतृत्वाच्या संवेदनक्षमतेला नवीन जाणिवेत विकसित करण्यासाठी आपल्याला या दोन्ही गुणधर्मांविषयी एकत्रीतपणे सजगतेनं विचार करावाच लागतो. पावित्र्याशिवाय किंवा शुचितेशिवाय असलेलं साहस निरुपयोगी असतं. त्याप्रमाणेच साहस नसलेली शुचिता कोणत्याही प्रकारे अधिक चांगल्या गोष्टींकडे नेत नाही.

हीच गोष्ट सर्व पातळ्यांवरच्या नेतृत्वामध्ये तुम्हाला आढळू शकते. अगदी पायाभूत शालेय पातळीचा विचार करा. शाळेत वर्गप्रतिनिधी म्हणून नेमलं गेलेल्या काही मुलांकडे साहसीपणाची जाणीव असते आणि त्याबरोबरच त्यांच्याकडे प्रेरणेची शुचिताही असते. ती उचित गोष्टीच करतील असं निश्चितपणे मानता येतं आणि त्यांच्यावर तसा विश्वास टाकणंही शक्य असतं. अशाच प्रकारे कृष्णाचाही अर्जुनावर विश्वास होता. आपला दिव्य संदेश सांगण्यासाठी आणि आपली दिव्य शक्ती देण्यासाठी त्याने म्हणूनच अर्जुनाची निवड केली होती. कारण, अर्जुन त्याचा गैरवापर करणार नाही हे त्याला माहीत होतं म्हणून जे लोक शुचिता आणि साहस या दोन्ही गोष्टीचा समन्वय साधून काम करू शकतात, त्यांना अस्तित्व नेहमीच अधिकाधिक अंतर्दृष्टी आणि शक्ती किंवा सत्ता देतं.

तुम्ही व्यावसायिक क्षेत्रात हे पाहू शकता. ज्या लोकांना खरोखरचा आदर प्राप्त झालेला असतो, त्यांच्याकडे उचित गोष्ट करण्याचं, मानवतेला पुढे नेण्याचं, तिची प्रगती करण्याचं साहस असतं. आपल्या आजच्या आधुनिक जगात टेस्लाचा इलॉन मस्क हे याचं अतिशय चांगलं उदाहरण आहे. त्याला इतरांकडून वेगवेगळ्या प्रमाणातील आदर प्राप्त झाला आहे. त्याचे अनेक उपक्रम तो अत्यंत धाडसानं पार पाडतो; परंतु त्यांच्या अखेरीस मानवसेवेच्या त्याच्या विशुद्ध आदर्शाशी लोक जोडले जातात. मग त्याने हाती घेतलेला प्रकल्प कुठलाही असो, वाहनांच्या विद्युतीकरणाचा प्रकल्प असो किंवा माणसाच्या अधिक व्यापक हितासाठी इतर ग्रहांवर वसाहती निर्माण करण्याची त्याची दूरदृष्टी असो, त्या सगळ्यातून अखेरीस अधिकाधिक लोक त्याच्याकडे आकर्षित होतात. जगात त्याच्यापेक्षा अधिक श्रीमंत असलेले

लोक आहेत; परंतु त्याने मिळवलेला आदर अगदी हाताच्या बोटांवर मोजता येणाऱ्या लोकांनाच प्राप्त झाला असेल. कृष्ण अर्जुनाला नेमकी हीच गोष्ट सांगतो. तो त्याला सांगतो की, हा समाजात आदराचं स्थान मिळवण्याचा, न्याय्य कारणासाठी लढा देऊन खरा आदर मिळवण्याचा, लोकांना वंद्य होण्याचा हा प्रश्न आहे; परंतु युद्धातून पळ काढणं किंवा अंग काढून घेणं ही गोष्ट कोणत्याही प्रकारे उचित नाही.' परंतु त्याच वेळी योद्धा म्हणून किंवा नेता म्हणून आपल्या ऊर्जांचा गैरवापर न करण्याची जबाबदारीही त्या व्यक्तींवर असतेच. अर्जुनाच्या मनात नकारात्मकता नव्हती आणि आपला संदेश देण्यासाठी आपण त्याच्यावर विश्वास ठेवू शकतो हे कृष्णाला माहीत होतं. अर्जुन कृष्णाचा संदेश तसाच सर्वांपर्यंत पोहोचवेल, हे कृष्ण जाणून होता. अर्जुन स्वतः तर अस्तित्वाचं सत्य समजून घेईलच; पण त्याबरोबरच जे युद्ध लढावंच लागणार होतं ते उचित, न्याय्य बाजूला राहून तो लढेल हेही त्याला माहीत होतं. हे विकासवादी नेतृत्व आहे.

याचा दुसरा मार्ग चुकीचा असतो. त्यात इतर लोकांकडे जे काही असतं ते त्यांच्यावर विजय मिळवून, वर्चस्व प्राप्त करून त्यांच्याकडून हिरावून घेण्यासाठी युद्ध केलं जातं. महाभारतात, दुर्योधन हे याचं आदर्श उदाहरण आहे. त्याच्याकडे साहसाचा अभाव नव्हता, खरं म्हणजे तो अत्यंत शूर योद्धा होता; परंतु आपल्या प्रगल्भ, उदात्त संदेशासाठी भगवंतानं त्याची निवड केली नाही. याचं कारण साधं आहे. त्याच्याकडे अंतर्दृष्टीची पुरेशी शक्ती नव्हती, त्यामुळे त्याच्यावर संदेशाचं अचूक आकलन करून घेण्याच्या बाबतीत विश्वास ठेवणं शक्य नव्हतं. याचा अर्थ त्याने तो संदेश ऐकून इतरांचं हित साधलं नसतं, त्यांच्या बाबतीत काहीही चांगलं केलं नसतं.

ज्या व्यक्तीकडे माणसांविषयी अधिक सद्भावना असतात ती व्यक्ती विकसित असते. खरं तर अर्जुनाच्या मनात त्याच्या सहयोद्ध्यांविषयी सद्भावना होत्या. ते त्याचे शत्रू असले तरीही त्याच्या मनात त्यांच्याविषयी अशा सद्भावना होत्या. विशुद्ध हेतू असेल तरच अशा सद्भावना निर्माण होतात. अर्जुनाच्या मनातील त्यांच्याविषयीच्या भावना या त्याच्याकडच्या शुद्ध प्रेरणेतून निर्माण झाल्या होत्या. त्याच्याकडचं साहस आणि योद्धा म्हणून त्याच्याकडे असलेली कौशल्यं यांचा उपयोग त्याला संकुचित, दुराभिमानी कारणांसाठी करावयाचा नव्हता. त्याला त्यांचा उपयोग करून त्याच्या

प्रतिस्पर्ध्यांवर वर्चस्वही प्रस्थापित करायचं नव्हतं. त्याच्या दृष्टीनं त्यांना ठार मारण्याची कल्पना ही तिरस्करणीय होती. त्याला अधिक शक्तिशाली होण्याची इच्छा नव्हती. त्याला अधिक सत्ता मिळवण्याची हाव नव्हती. कोणत्याही प्रकारे तो सत्ता काबीज करण्याच्या रस्सीखेचीत सहभागी नव्हता. गीतेची हीच महत्त्वाची शिकवण आहे. जे नेते सत्तेच्या रस्सीखेचीत सहभागी होतात, त्यांना आत्मसंतुष्टीच्या दिशेनं पुढे नेण्याकरिता अस्तित्व त्यांच्यावर विश्वास ठेवत नाही; परंतु अर्जुनासारखी व्यक्ती फक्त कुरुक्षेत्रासारख्या रणांगणावरच जय मिळवण्याच्या दिशेनं पुढे जात नाही, तर ती जीवनातही जय मिळवण्याच्या दिशेनं पुढे जाते. ती समाधानाच्या, आध्यात्मिक जाणिवेच्या, आपल्या क्षमतांच्या खरोखरच्या पूर्तता करण्याच्या, विकास करून घेण्याच्या दिशेनं पुढे जाते. असे लोक लेसर शलाकेप्रमाणे, अधिक चांगल्या गोष्टी करण्यासाठी आपल्या ऊर्जांना कामाला लावतात. ते महान चांगल्या गोष्टींचं माध्यम होतात.

ज्या वेळी एखादा नेता अधिक शुद्ध प्रेरणेनं आणि साहसीपणानं अधिक चांगल्या कामाचं माध्यम होण्याचा निर्णय घेतो त्या वेळी त्याची प्रगती, त्याचा विजय रोखणं कदापि शक्य होत नाही. तो अजिंक्य होतो.

प्रकरण १२

धर्म नव्हे, आध्यात्मिक दृष्टिकोन महत्त्वाचा

***शिकवण** : कृष्णाचा गूढ आध्यात्मिक दृष्टिकोन प्रत्येक जीवाला लागू पडतो. त्याची दखल घ्यायची की घ्यायची नाही हे सर्वस्वी आपल्यावर अवलंबून असतं. वैश्विक जाणीव ही धर्मसंस्थांच्या पलीकडे जाते आणि तिच्यात अनंतपणाचे विलक्षण संदेश असतात. श्री. अरविंदो यांनी गीतेला 'समग्र जिवंत सत्य' असं म्हटलं आहे. याचा अर्थ, 'एक परमानंद देणारा, अमर्याद ऊर्जेचा दूत' म्हणून आपण गीतेचं तत्त्वज्ञान समजून घेतलं पाहिजे. या दृष्टिकोनातून गीता वाचल्यामुळे अत्यंत प्रतिकूल परिस्थितींमध्ये तिच्यात व्यक्त करण्यात आलेली वैश्विकता आणि आशावाद यांची आपण प्रशंसा करतो. गीतेमधील हा दृष्टिकोन नेत्यांनी आत्मसात करणं महत्त्वाचं आहे.*

व्यवहार्य आणि गूढ आध्यात्मिक अशा जीवनाच्या दोन्ही पैलूंचा परामर्ष घेण्याचा समावेशक दृष्टिकोन मांडतानाच गीतेत धर्म आणि नेतृत्व याविषयीच्या कित्येक गोष्टी स्पष्ट करण्यात आल्या आहेत, हे गीतेचं सौंदर्य आहे.

इथे कृष्ण अर्जुनाला धर्म या शब्दाच्या सध्याच्या अर्थानं धर्माचा उपदेश करत नाही. तो फक्त गूढ आध्यात्मिक दृष्टिकोनाकडे, आध्यात्मिकतेच्या

गाभ्याकडे, हृदयाकडे अर्जुनाला वळवत आहे. त्या माध्यमातून अर्जुनाची सर्वोच्च प्रकृती म्हणजेच त्याचा अंतरात्मा सक्रिय होतो. व्यक्तीला त्याच्या किंवा तिच्या अधिक उच्च प्रकृतीकडे किंवा स्व-भावाकडे कसं न्यावं हे या ग्रंथातून दाखवून देण्यात आलं आहे. तसं पाहता ही गोष्ट 'धार्मिक तत्त्वज्ञानातून' करणं शक्य होणार नाही. धार्मिक तत्त्वज्ञानाला नेहमीच व्यक्तीच्या मूळच्या जागतिक दृष्टिकोनातून आणि गूढवादी आध्यात्मिक दृष्टिकोनातून आकार येतो.

भगवत्गीतेत सर्वत्र कृष्ण अर्जुनाला आध्यात्मिकचं सर्वोच्च रूप असलेला दिव्यचक्षू प्रदान करतो. खरोखरचं समर्पण म्हणजे काय, मूल्यांविषयीचा आदर म्हणजे काय, खऱ्या मानवतेचा काय अर्थ आहे आणि आपलं ब्रह्मांडीय वास्तव काय आहे हे तो अर्जुनाला दाखवतो. या सगळ्या गूढ आध्यात्मिक गोष्टी आहेत. त्यांचा कोणत्याही विशिष्ट धर्माशी काहीही संबंध नाही. यातली शिकवण अशी आहे की, उच्चतर क्षमता प्राप्त करून घ्यायच्या असतील, तर त्यासाठी आपल्यात आणि अधिक श्रेष्ठ वैश्विक तत्त्वांमध्ये धर्माचा पूल बांधण्याची काहीच गरज नसते. उलटपक्षी, काही वेळा तर धार्मिक श्रद्धा सोडून देणं महत्त्वाचं असतं, कारण अशा श्रद्धांमुळे आपण प्रतिबंधित होतो.

जिथे मूल्यांविषयीच्या आदराला सर्वोच्च स्थान दिलं जातं, ते नेतृत्व महान नेतृत्व असतं. ज्या ठिकाणी तुमचं अंतर्गत सत्य जागृत होऊ लागतं आणि तुम्ही अत्यंत विश्वासानं कृती करू शकण्याइतक्या पातळीपर्यंत ते सक्रिय होतं, तिथे महान नेतृत्व असतं. इथे कोणीतरी सांगितलेल्या गोष्टींवर आपण विश्वास ठेवलेला नसतो. तुमच्या स्वतःच्या आध्यात्मिक चक्षूंनी प्रत्यक्ष पाहिलेल्या गोष्टीमुळे आपल्याला तो विश्वास प्राप्त झालेला असतो. असं करून आणि स्वतःचा कायापालट करून आपण भौतिक जगातील गोष्टींचा कायापालट घडवून आणण्यास मदत करणारी शक्ती प्राप्त करतो.

आपल्यापैकी बहुतेक जण विशिष्ट आयामांमध्ये बद्ध आणि अर्थातच मर्यादित असतात. आपल्याकडे धार्मिक आयाम असतो, राजकीय आयाम असतो. अशा प्रकारे आपल्याकडे अनेक प्रकारचे आयाम असतात; परंतु सत्य हे बहुआयामी असतं. सत्य ही पुस्तकांच्या काही पानांमध्ये सामावू शकणारी गोष्ट नाही. त्याचा संबंध दृष्टिकोनाशी आहे. यालाच भारतीय ऋषिमुनींनी 'दृष्टी' किंवा 'दर्शन' असं म्हटलं आहे. ही वस्तूंमध्ये खोलवर

पाहण्याची क्षमता आहे. कृष्ण अर्जुनाच्या व्यक्तित्वात याच दृष्टीचा पाया बिंबवतो. त्याच्या वैयक्तिक मुक्तीची आणि आध्यात्मिक जीव म्हणून असलेल्या त्याच्या सन्मानाची तो त्याला जाणीव करून देतो. त्यानुसार त्याने कर्म केलं पाहिजे हे तो त्याला समजावतो. भावी नेत्यांकडे एक गुण असण्याची आवश्यकता आहे. तो म्हणजे त्यांच्या मनात लोकांच्या सन्मानाचं रक्षण करण्याची भावना असली पाहिजे, त्यामुळे त्यांच्या संघटनेच्या कामाची पद्धत समतावादी असल्याची भावना त्यांच्या मनात निर्माण होईल. ज्या ठिकाणी आध्यात्मिक मूल्यांविषयी सन्मानाची भावना असते, तिथे परस्पर-सहकार्यानं काम करण्याची शक्ती उत्पन्न होते आणि खऱ्या अर्थानं 'आपलं आणि त्यांचं' या व्याख्यांच्या पलीकडे जाणाऱ्या गोष्टीची निर्मिती होते.

धर्माविषयीची समस्या अशी आहे की, तो द्वैताची निर्मिती करतो. आपण आपल्या समुदायाच्या किंवा धर्माच्या साहाय्यानं ओळखले जातो. त्यामुळे आपला दृष्टिकोन हा मर्यादित किंवा संकुचित असतो; परंतु वाढत्या जागतिकीकरणाच्या युगात, लोकांना अधिक व्यापक जागतिक समुदाय म्हणून अस्तित्वात ठेवणारं आणि त्याबरोबरच त्यांच्या मनात परस्परांविषयी सातत्यपूर्ण तणावाची जाणीव निर्माण होऊ न देणारं नेतृत्व असलं पाहिजे. नेत्यांच्या स्वतःच्या जाणिवेत अशी अंतर्दृष्टी असण्यातूनच याची सुरुवात होते. भगवत्‌गीतेत प्रामुख्यानं *नेतृत्वाविषयीची* अशी अंतर्दृष्टी दिसून येते. मनाच्या ऊर्जेला अधिक गहन स्तरांवर नेऊन अधिक ध्यानमय अवस्थेत जाण्याची सुरुवात करणं हा गीतेचा उद्देश आहे, कारण मनाच्या अशा अवस्थेतून खरोखरची सावधानतेची, दक्षतेची कृती निर्माण होते. ही कृती तणावरहित आणि चिंतारहित असते; परंतु तिच्यामध्ये गतिशीलतेचा अंगभूत गुणधर्म असतो म्हणून तुम्ही खऱ्या अर्थानं अशा अंतर्दृष्टीतून कर्म किंवा काम करणं महत्त्वाचं असतं.

आपल्या संपूर्ण शैक्षणिक यंत्रणेद्वारे, सामाजिक प्रशिक्षणाद्वारे आपल्याला असं शिकवलं जातं की, 'पुढे जाणं'च महत्त्वाचं असतं. त्या तुलनेत मूल्यांविषयीचा आदर आणि मूल्यांविषयीचं प्रेम या गोष्टी तितक्याशा महत्त्वाच्या नसतात; पण मूल्यांविषयी आदर आणि प्रेम नसेल, तर तुम्ही कोणत्या दिशेला 'पुढे जाल?' तुमच्या स्वतःच्याच मनात मूल्यांविषयी आदर नसेल, तर इतरांकडून तुम्हाला खरा आदर मिळण्याची अपेक्षा तुम्ही

बाळगू शकत नाही. इतरांच्या नजरेत तुमच्याविषयी धास्ती, भीती दिसू शकेलही; पण फक्त मूल्यांविषयी आदर बाळगण्याची संवेदनशीलता असेल तरच तुम्हाला आदर प्राप्त करून घेता येईल. खरं म्हणजे महाभारतात भीष्म शरपंजरी म्हणजेच बाणांच्या शय्येवर पडलेले असताना कृष्णानं युधिष्ठिराला अगदी थेटपणे त्यांच्याकडे जाऊन नेतृत्वाचा अर्थ जाणून घेण्यास सांगितलं होतं. आता युद्धिष्ठिर हा त्यानंतरचा राजा होणार होता. त्या भूमीचा सम्राट होणार होता. तो अत्यंत विनम्रतेनं भीष्मांकडे गेला आणि भीष्मांनी त्याला सांगितलं की, फक्त पदामुळे मिळणाऱ्या आदराच्या पलीकडचा आदर मिळवणं महत्त्वाचं असतं. याचा अर्थ असा होता की, राजाला त्याच्या प्रजेकडून आदर मिळतोच; परंतु सुज्ञ, ज्ञानी व्यक्तीला सर्वांकडून सर्वत्र आदर मिळतो. महाभारतातून अशाच प्रकारच्या नेतृत्वाचा उपदेश जवळजवळ सर्वत्र करण्यात आला आहे. तोच खरा धर्म असतो.

म्हणूनच आपल्या अस्तित्वाला उच्च पातळीवरच्या आध्यात्मिक अस्तित्वापर्यंत नेणं हाच प्रामाणिक नेतृत्वाचा अर्थ असतो. ज्या वेळी आपण स्वतःला उच्च पातळीवरच्या अस्तित्वात रूपांतरित करतो, त्या वेळी आपण बाह्य परिस्थितीतील गोष्टींचा कायापालट करण्यास सुरुवात करतो. जर आपण स्वतःचा कायापालट करून घेतला नाही, तर इतर लोकांनी अधिक प्रभावशाली होण्याकरिता त्यांचा कायापालट घडवण्यास आपण कशी काय सुरुवात करू शकू? गीतेचा हाच मूलभूत संदेश आहे.

महान नेता त्याच्या लोकांकडून किंवा अनुयायांकडून उपयुक्त गोष्टी करवून घेतो. त्यांना तो प्रभावीपणे आणि उत्कृष्टपणे काम करायला लावतो. महान नेता मूल्यनिर्मितीसाठी प्रयत्नांची पराकाष्ठा करतो; परंतु सगळी उद्दिष्टं ही आपल्या मूलभूत दृष्टीतून साध्य करता येतात. ही दृष्टी निव्वळ बौद्धिक दृष्टी नसते. तिला आध्यात्मिक आणि सौंदर्यशास्त्रीय स्पष्टतेतून आकार आलेला असतो. गीतेत काही तत्त्वांचं, सिद्धान्तांचं वर्णन करण्यात आलं आहे. या तत्त्वांच्या, सिद्धान्तांच्या आधारावर ही दृष्टी तयार होते किंवा तिला आकार येतो. हे सिद्धान्त नसतील तर आपण फक्त जीवनाच्या मार्गावरचे थकले-भागलेले प्रवासी असू.

कित्येक नेते कोणत्याही खऱ्या मूल्याची निर्मिती न करताच आले आणि गेले. तुम्हाला खऱ्या मूल्याची निर्मिती करायची असेल, तर मुळातच जीवनाविषयी आदर बाळगा. जी गोष्ट खरोखरची मूल्यवान आहे तिच्याविषयी

आदर बाळगा. मानवतेविषयी आदर बाळगा. याचा अर्थ तुम्ही सत्यासाठी न्याय्य लढा न देता पळ काढा किंवा त्याच्यातून अंग काढून घ्या असा नाही. कृष्णानं अशाच न्याय्य लढाईसाठी अर्जुनाला प्रोत्साहन दिलं; परंतु अखेरीस या सगळ्याचा असा अर्थ आहे की, तुम्ही तुमच्या तर्काचा आणि युक्तिवादांचा उपयोग करत असलात तरी विचारांच्या तुरुंगात स्वतःला कैद करून घेऊ नका. बुद्धिमत्तेत फक्त विचारांचाच समावेश असतो असं नाही, तर तिच्यात त्याहून महत्त्वाची गोष्ट असलेल्या दृष्टीचा समावेश असतो. ही दृष्टी समरसतेतून, स्पष्टतेतून, अधिक गहन अंतर्दृष्टीतून, आकलनातून निर्माण झालेली असते. त्यानंतरच कोणतीही व्यक्ती गूढ आध्यात्मिक क्षेत्रात आणि भौतिक जगात अशा दोन्ही ठिकाणी खरोखरची जबाबदार व्यक्ती होते आणि महान नेतृत्व असणं याचा अर्थ मोठी जबाबदारी पेलण्याची क्षमता असणं म्हणजेच जबाबदार असणं हाच असतो.

प्रकरण १३

आपणच सर्व गोष्टींच्या केंद्रस्थानी असल्याचा विचार करणं म्हणजेच 'माया' होय

शिकवण : *वैश्विक आभासाचा किंवा भ्रमाचा पडदा म्हणजेच मायेचा पडदा होय. या मायेमुळेच व्यक्ती स्वतःला व्यक्तिमत्त्व, नाव, सत्तेची उत्कट इच्छा इ. गोष्टींवरून ओळखू लागते, त्यामुळे व्यक्ती तिच्या स्वत्वाच्या मूळ सत्यापासून दूर जाते. तिचं मूळ स्वत्व हे पवित्र जाणीव किंवा चेतना आणि शुद्ध ऊर्जा यांनी तयार झालेलं असतं. स्वतःला जाणीव आणि ऊर्जा म्हणून अधिक प्रमाणात ओळखू लागा. बाह्य आणि माणसानं तयार केलेल्या 'लेबल'वरून स्वतःला ओळखू नका. या शिकवणुकीमुळे व्यक्ती भौतिक, मानसिक, सांस्कृतिक आणि भावनात्मक नियंत्रणाच्या सर्व मर्यादांमधून मुक्त होऊन स्वतंत्रपणे आणि उत्साहानं विचार करू लागते. अशाच विचारांमधून कार्य करण्यास ती उद्युक्त होते. 'मी'च्या आभासाचा नाश करणं हेच उत्साहपूर्ण यशाचं आणि गतिशील नेतृत्वाचं रहस्य आहे, त्यामुळे तुमच्या अस्तित्वाच्या प्रत्येक पातळीला परिपूर्णत्व लाभतं.*

या विश्वाच्या केंद्रस्थानी आपण आहोत हा माणसाचा सगळ्यात मोठा भ्रम आहे. हीच सगळ्यात मोठी माया आहे. संपूर्ण ब्रह्मांडाविषयीचा

आपला दृष्टिकोन हा आपल्याशीच संबंधित असतो. क्षणभर पुढील विचार करून पाहा : ब्रह्मांडातील माणसाचं अस्तित्व संपुष्टात आलं तरी ब्रह्मांड, आता आहे तसंच अस्तित्वात राहणार आहे. त्यात कसलाच बदल होणार नाही. माणूस नसेल तरी त्याला कसलाच फरक पडणार नाही. म्हणून खरं म्हणजे या सगळ्या ब्रह्मांडीय योजनेत आपण म्हणजे माणूस अतिशय महत्त्वाचा असल्याचा किंवा त्या योजनेच्या केंद्रस्थानी असल्याचा विचार ही सगळ्यात मोठी माया आहे. अगदी भौतिक पातळीवरही म्हणजे नेता किंवा इतर कोणतीही व्यक्ती म्हणून आपण करत असलेल्या दैनंदिन कामाच्या पातळीवरही असा विचार करणं ही मोठीच माया आहे. गीतेतील आपल्या गूढ आध्यात्मिक शिकवणींच्या साहाय्यानं कृष्ण अर्जुनाला हे अतिशय स्पष्टपणे दाखवून देतो.

कृष्ण अर्जुनाच्या मनो-आध्यात्मिक पातळीवर प्रहार करतो. आपल्यापैकी कोणीही व्यक्ती भौतिक जगात खरोखरची महत्त्वाची नसते हे तो त्याला दाखवतो. आपल्याकडे एका क्षणी एखादी भौतिक किंवा ऐहिक गोष्ट असते आणि दुसऱ्याच क्षणी आपण ती गमावून बसतो. मात्र तरीसुद्धा *आध्यात्मिक मार्गाचा विचार करता आपल्याला प्रचंड महत्त्व आहे.* अर्जुनाला याचीच जाणीव होते की, भौतिक जगात सहभागी असलेली व्यक्ती म्हणून कदाचित आपण जितकी महत्त्वाची व्यक्ती आहोत असा तो विचार करत होता, तितका भौतिक पातळीवरच्या जगात तो महत्त्वाचा नाही. कृष्ण प्रतिनिधित्व करत असलेले वैश्विक सिद्धान्त महत्त्वाचे आहेत. काही वेळा नेते स्वतःच्याच प्रेमात इतके आकंठ बुडालेले असतात की, ते स्वतःला प्रत्येक गोष्टीच्या केंद्रस्थानी ठेवतात. अशा प्रकारे नेतृत्व हा अहंकाराचं पोषण करणारा स्वाध्याय होतो. नेत्याच्या कृतींमधून बहुतेक गोष्टी निर्धारित होतात म्हणजेच नेते कर्ते आहेत ही कल्पना बहुधा जनमानसात महत्त्वाची ठरते किंवा ती खरं तर तिथे प्रभुत्व प्राप्त करते. नेतृत्वाच्या विषयाकडे पाहण्याचा हा अत्यंत दूषित आणि धोकादायक दृष्टिकोन आहे. कितीही मोठा नेता असला तरी हा दृष्टिकोन बदलण्याची गरज आहे. मग तो आपापल्या क्षेत्रातील अब्राहम लिंकन किंवा स्टीव्ह जॉब्जसारखा बडा नेता असला तरी हा दृष्टिकोन बाळगता कामा नये.

आत्ममुग्धतेची (सेल्फ ऑब्सेशनची) आणि आत्मप्रौढीची जाणीव किंवा अहंभाव ही आध्यात्मिक दृष्टिकोनातून अत्यंत विनाशक शक्ती आहे,

कारण आपण महत्त्वाची व्यक्ती आहोत अशी ती आपली दिशाभूल करते. अखेरीस, संपूर्ण ब्रह्मांडाचा विचार करता, आपल्यापैकी कोणीही महत्त्वाचं नाही. फक्त आपल्या अंतर्गत जगातील आपल्या वैश्विक संबंधाची जाणीव करून घेण्यास म्हणजेच आपल्या अंतरात्म्याची जाणीव करून घेण्यास आपण किती सक्षम आहोत हीच गोष्ट महत्त्वाची आहे. या जाणिवेतून आपल्यामधून दिव्य ऊर्जा कार्य करत असल्याच्या कल्पनेतून आपण तितक्या प्रमाणात गतिशीलतेनं जगात काम केलं पाहिजे. ज्या प्रमाणात काम केल्यामुळे आपल्याला सर्वोच्च अत्यानंद होतो आणि परमानंदाचा अनुभव येतो तितक्या प्रमाणातील गतिशीलतेनं आपण काम केलं पाहिजे. या अनुभवातून यशाची आणि जीवनाच्या परिपूर्तीची, जीवनातील तृप्तेची प्राप्ती होते.

म्हणून आध्यात्मिक भागाकडे लक्ष दिलं पाहिजे, अन्यथा, आपल्याला आत्मप्रौढीच्या मायेत राहावं लागेल. काहीही झालं तरी स्वतःसाठी व्यक्ती किती महत्त्वाची असते?आपण सगळेच जण फक्त थोडी दशकंच जगतो. आपल्या सर्वांकडेच अत्यल्प वेळ असतो. मानवी वर्तुळाच्या अत्यंत मर्यादित परिघाच्या पलीकडे आपल्या जीवनाला फारसं महत्त्व नसतं. खरं तर माणसानं पृथ्वीवर चांगल्या गोष्टी करण्यापेक्षाही हानिकारक गोष्टीच अधिक प्रमाणात केल्या आहेत असा वादही आपण घालू शकतो. पृथ्वीवरून माणूस नामशेष झाला, तर ते प्राणी आणि वनस्पती जगतातील इतर सर्व सजीवांसाठी अधिक चांगलं ठरेल!

म्हणून आपण फारसे महत्त्वाचे नाहीच. तुम्ही आत्मप्रौढीची जाणीव दूर केली, तर तुमच्यामधील कोणत्या तरी खरोखरच्या गूढ आध्यात्मिक गोष्टीनं तिची जागा घेतल्याचं तुम्हाला आढळेल, हे या प्रक्रियेचं सौंदर्य आहे. मग ब्रह्मांडात अस्तित्वात असलेल्या अतिव्यापक जीवनऊर्जेचा तुम्ही फक्त एक लहानसा भाग आहात असं तुमच्या लक्षात येईल. साहजिकच तुम्ही त्या अवस्थेतून कार्य करू लागाल म्हणून आता तुम्ही जे काही कराल त्यामुळे त्या जीवनऊर्जेचा किंवा वास्तविक जीवनशक्तीचा विस्तार व विकास होईल. तुम्ही जे काही करता त्यामुळे तुमचा विस्तार व विकास होतो, तुम्ही स्वतःच आखून घेतलेल्या मर्यादांमधून तुम्ही मुक्त होता. त्यानंतर तुम्ही कालातीत क्षेत्रात जाता. त्यानंतर तुम्ही शाश्वततेच्या, अनंताच्या राज्याच्या दिशेनं निघता. अन्यथा, तुमच्या आकलनाच्या व्याप्तीत तुम्ही अतिशय मर्यादित अवस्थेत राहता.

विस्ताराची व विकासाची कल्पनाच मुळात आपल्याला मानसिक आणि आध्यात्मिक पातळ्यांवर मुक्त करते. आत्मप्रौढीची जाणीव असलेल्या नेतृत्वाच्या चेतनेच्या सापळ्यात अडकू नका. त्याऐवजी समरसतेच्या क्षेत्रात प्रवेश करण्याचा प्रयत्न करा, कारण समरसतेतून अस्तित्वाच्या मोठ्या भागाशी एकात्म असल्याची, अद्वैताची भावना निर्माण होते. ब्रह्मांडाशी असलेलं आपलं नातं हे अखेरीस आत्मबोधाचं साधन आहे म्हणून ते तुमचं खरंखुरं आणि मूळ मूल्यवान अस्तित्व आहे हे विसरू नका. इतर सगळ्या गोष्टी हा निव्वळ आभास किंवा भ्रम आहे म्हणजेच ती शुद्ध माया आहे.

अधिक श्रेष्ठ शक्तीशी तुमचं थेट नातं असल्याच्या भावनेत स्वतःला बुडवून टाका. ज्या वेळी हे नातं तुमच्या अस्तित्वात उदयास येत असल्याची भावना तुम्हाला जाणवेल त्या वेळी भौतिक जगात अस्तित्वात असलेल्या इतर सर्वांशी तुमचं अधिक चांगलं नातं निर्माण होईल. अंतिमतः आंतरव्यक्ती संबंधावरच सर्व महान नेतृत्वं अवलंबून असतात; परंतु जर अस्तित्वाच्या अधिक व्यापक भागाशी तुमचं भक्कम नातं जुळलं असेल तर भौतिक वर्तुळाशीही तुमचं तसंच भक्कम नातं असेल. कारण, हा फक्त समरसतापूर्ण आणि खुलं असण्याचा प्रश्न आहे. अर्जुनाच्या मनाचा हटवादीपणा हाच त्याच्या उच्चतर प्रकृतीची जाणीव करून घेण्यातील अडसर आहे याकडे कृष्ण फक्त निर्देश करतो. या हटवादीपणाखेरीज, या दुराग्रहीपणाखेरीज त्याच्या आध्यात्मिक मार्गात इतर कोणताही अडथळा नाही, हे तो सूचित करतो. त्याच्या आध्यात्मिक ऊर्जेला चेतवणं हाच तो अडथळा नष्ट करण्याचा मार्ग असतो, कारण आध्यात्मिक ऊर्जेच्या कंपनांच्या माध्यमातूनच आपल्याला गोष्टींविषयीच्या अधिक व्यापक अंतर्दृष्टी प्राप्त होतात. या कंपनांमुळेच आपल्यामध्ये सर्व गोष्टींविषयीची अधिक व्यापक समज निर्माण होते.

विश्वरूपदर्शनानंतर अर्जुनाचं भगवान कृष्णाशी सुरू असलेलं संभाषण ऐकणं ही हेलावून टाकणारी गोष्ट आहे. तो कृष्णाला सांगतो की, कृष्णाचं विश्वरूपदर्शन निरखताना त्याच्या शरीरावर रोमांच आले. त्याला अंगावर शहारे निर्माण झाल्याची जाणीव झाली. त्याची भीतीनं गाळण उडाली. त्याच्या हृदयात धडकी भरली; पण तोच तो कायापालटाचा क्षण होता – कारण त्याच क्षणी व्यक्ती स्वतःच्या पलीकडे पाहू लागते आणि अधिक उच्च स्तरावरच्या वास्तवाच्या क्षेत्रात प्रवेश करते. हा खरोखरच कोणत्याही महान नेत्याचा गुणधर्म आहे. ज्या व्यक्तीकडून इतरांच्या तुलनेत कुठली तरी

अधिक मोठी गोष्ट केली जाण्याची अपेक्षा असते, तिचा हा गुणधर्म असतो, कारण फक्त अशाच लोकांकडे त्यांच्या सर्वसामान्य मर्यादा ओलांडण्याची क्षमता असते. जे नेते बहुतांश लोकांच्या सर्वसामान्य मर्यादा ओलांडू शकतात आणि इतरांना अशक्य वाटणारी गोष्ट करून दाखवतात, तेच महान नेते असतात.

तुम्हाला महान नेता व्हायचं असेल, तर आव्हानांचा सामना करण्याची तयारी ठेवा. कदाचित तुमचा नाश होण्याची शक्यता असलेल्या धोकादायक परिस्थितींमधूनही जाण्यासाठी सज्ज व्हा. खरोखरची जोखीम पत्करण्याची तयारी ठेवा. या एका सत्याची हार्दीकपणे म्हणजेच अगदी मनापासून जाणीव करून घेण्यासाठी साहस गोळा करा : अधिक श्रेष्ठ तत्त्वाचा शोध घेण्यासाठी, आपल्या आध्यात्मिक शक्तीचा समग्र उपयोग करून घेण्यासाठी आपण या पृथ्वीवर आलो आहोत. कारण प्रत्यक्षात आपण नव्हे, तर ते श्रेष्ठ तत्त्वच अस्तित्वाचं केंद्रस्थान आहे. 'कृष्ण' या शब्दाचा अर्थच मुळात सर्व गोष्टींच्या, या ब्रह्मांडाच्या केंद्रस्थानी असलेला आणि सर्व गोष्टींना स्वतःकडे आकर्षित करणारा असा आहे. कृष्ण हे नेतृत्वाच्या यशाच्या दृष्टिकोनातून समजून घेण्यासाठी आपल्या समोर असलेलं एक समर्पक रूपक आहे.

प्रकरण १४

जीवन आणि मृत्यू, यश आणि अपयश अशा सगळ्या गोष्टी एकमेकींच्या सोबतच जातात

शिकवण : *कृष्ण जीवनातील टोकाच्या गोष्टींना आणि परस्पर विरुद्ध गोष्टींना एकमेकींशी जोडतो. कोणत्याही परिस्थितीनं, भावनेनं किंवा विचारानं झपाटून जाऊ नये, हे आपण समजून घेतलं पाहिजे. महान नेत्यांना हे आठवत असतं की, आनंदाच्या मध्ये दुःख येऊ शकतं. भरभराटीच्या दरम्यान, झपाट्याच्या तेजीत, दुर्दैवी गोष्ट आणि दुःख येऊ शकतं. याच्या विरुद्ध गोष्ट म्हणजे, बिकट काळात आशेचा किरण दिसू शकतो आणि सर्व गोष्टींना चमकवू शकतो. यातली कल्पना अशी आहे की : कोणत्याही परस्पर–विरुद्ध प्रकारच्या गोष्टींसाठी सज्ज राहा. त्यानंतर नेता म्हणून तुमची अधिक चांगली तयारी होईल आणि व्यक्ती म्हणून तुम्ही कोणत्याही गोष्टीला तोंड देण्यासाठी तयार असाल. अस्तित्वाची तत्परता आणि दक्षता या गोष्टी खऱ्या यशाची आणि महान नेतृत्वाची वैशिष्ट्यं असतात.*

नेतृत्वातील *परिपक्वतेतून* सर्व गोष्टींमधील द्वैत समजून घेण्याची क्षमता सूचित होते. भौतिक प्रक्रियांच्या दोन बाजू असतात : ज्या ठिकाणी जीवन असतं, तिथे मृत्यू असतो त्याप्रमाणेच ज्या ठिकाणी यश असतं, तिथे अपयश असतं. नेतृत्वाला समजून घेण्याचा हा एक अत्यंत महत्त्वाचा धडा आहे : तुमच्या नेतृत्वाचा दृष्टिकोन परिपक्व असावा असं तुम्हाला वाटत असेल तर यशाची हाव धरू नका. एक गोष्ट लक्षात ठेवा. यशाच्या नाण्याच्या दुसऱ्या बाजूला अपयश असतं. जीवनाविषयी अतिरेकी मोह धरू नका, कारण जीवनाच्या नाण्याच्या दुसऱ्या बाजूला मृत्यू असतो. ही एक सूक्ष्म अंतर्दृष्टी आहे. कृष्ण हा नेमकेपणानं यशाविषयी किंवा विजयाविषयी सांगत नाही, अर्जुनानं कसं लढणं, कसं जगणं महत्त्वपूर्ण आहे हे तो सांगतो.

'गुणवत्तेवर लक्ष केंद्रित कर, कारण तीच नेतृत्वाची गुरूकिल्ली आहे. तिच्यातूनच नेतृत्वात परिपक्वतेची आणि खऱ्या मूल्यवान क्षणांची निर्मिती होते,' असं तो त्याला सांगतो. ज्या वेळी फलितापेक्षाही गुणवत्तेवर अधिक लक्ष केंद्रित केलं जातं, त्या वेळी व्यक्ती निश्चिंत होते; पण त्याऐवजी आपल्याला कोणतं फळ मिळणार आहे या विचारानंच ती झपाटून गेली, तर ती कधीही निश्चिंत होणार नाही. उदाहरणार्थ, ती मृत्यूनं किंवा मृत्यूच्या भयानं झपाटून गेली, तर कधीही निश्चिंतपणे जगू शकणार नाही. तिला काही प्रमाणात अंगी अलिप्तता बाळगावी लागेल. तिच्या स्वतःच्या विचारांपासून तिला अलिप्त राहावं लागेल! नेता म्हणून व्यक्ती फक्त यशाच्या कल्पनेनं झपाटून गेली, तर लहान अपयशंही तिचं मनोधैर्य खच्ची करतील, तिला विमनस्क करून टाकतील, कारण त्यांना स्वीकारण्याची तिची तयारी झालेली नसेल. अशाच प्रकारे युद्धाचं फलित काहीही असलं तरी अर्जुनाला त्याच्याशी जुळवून घेता यावं यासाठी कृष्ण अर्जुनाच्या अंतःकरणाची आणि मनाची तयारी करून घेत आहे, तो अर्जुनाला त्याकरिता सक्षम करत आहे. संयोजन क्षमतेतून म्हणजेच जुळवून घेण्याच्या क्षमतेतून परिपक्वता सूचित होते. परिपक्वतेमुळे व्यक्तीचं संपूर्ण जीवन, संपूर्ण अस्तित्व अत्यंत मूलगामी कृती किंवा कर्म करतं आणि मूल्यवान होतं. ते शाश्वत घटकाच्या म्हणजेच सर्व गोष्टींच्या मागे असलेल्या महान घटकाच्या ऊर्जेनं प्रेरित होतं. हा महान घटकच जगाला आकार देणारा *छुपा हात* देतो.

भौतिक प्रक्रियांमधील द्वैत समजून घेणं आणि फलितापेक्षाही गुणवत्तेवर लक्ष केंद्रित करणं महत्त्वाचं असतं. लोकांना कित्येक मानसिक समस्यांना तोंड द्यावं लागत असलेल्या सध्याच्या जगात तर ही गोष्ट वाढत्या प्रमाणात महत्त्वाची ठरते. कामाच्या दबावामुळे आत्महत्यांचं प्रमाण वाढत चाललं आहे. थकवा आणि नैराश्य यांचं प्रमाणही असंच झपाट्यानं वाढत चाललं आहे. या सगळ्याच्या मागचं महत्त्वाचं कारण काय आहे? माणसांच्या मनात अवास्तव आशा आणि अपेक्षा असल्यामुळे हे घडत आहे. ते यशासाठी वेडे झाले आहेत. यशाच्या कल्पनेनं अक्षरशः झपाटून गेले आहेत आणि अगदी किरकोळ अपयशानंही खचून जात आहेत म्हणून आपल्या दृष्टीनं लवचीक दृष्टिकोन बिंबवला जाणं महत्त्वाचं आहे. लवचीक मनाचा नेता हा परिवर्तनाच्या बाबतीत लवचीक दृष्टिकोन बाळगतो. अपयश, विस्कळितपणा, यांच्या बाबतीतही त्याच्या दृष्टिकोनात अशीच लवचीकता असते. अशी लवचीकता असलेला नेता क्षुल्लक आणि अनावश्यक गोष्टींच्या पलीकडे जाऊ शकतो. तो आपल्या अस्तित्वाचा खरा खजिना प्राप्त करतो आणि खरंखुरं यश मिळवतो.

महान नेत्यांमध्ये तुम्हाला स्वीकारार्हतेची, जुळवून घेण्याची वृत्ती आणि परिपक्वतेची झाक दिसेल. या संदर्भात व्यावसायिक जगाचा विचार करा. थॉमस अल्वा एडिसन हा जगभरातील कित्येक उद्योजकांचा आणि नावीन्यपूर्ण कल्पना लढवणाऱ्यांचा आदर्श आहे. अगदी अपयशाच्या तोंडावरही चिकाटीनं काम करत राहण्यासाठी तो ओळखला जातो. त्याला यशं मिळाली; परंतु त्या यशांच्या आधी त्याला हजारो अपयशांना तोंड द्यावं लागलं; परंतु अखेरीस त्याला मिळालेली यशंच महत्त्वाची ठरली. अपयशाच्या विचारानं तो खचून गेला नाही म्हणूनच तंत्रज्ञानाच्या आणि मानवी प्रगतीच्या जगात एक गतिशील आणि अनुकरणीय नेता म्हणून तो उदयास आला. त्याने अब्जावधी लोकांच्या जीवनाच्या गुणवत्तेत सुधारणा करणारं तंत्रज्ञान शोधलं.

म्हणून नकारात्मक घटकाच्या भीतीमुळे आपली मनं त्रस्त किंवा विचलित होऊ नयेत, याकरिता आपल्याला आपल्यावर लक्ष केंद्रित करावंच लागेल. कोणत्याही प्रक्रियेत दोन अंगभूत बाजू असतात हे समजून घेणं हाच तसं करण्याचा एकमेव मार्ग आहे. एकाच नाण्याच्या दोन बाजू असतात, तसंच हे आहे. एकाच प्रयत्नाचे दोन पैलू असतात.

प्रत्येक प्रयत्नातून विजयश्री खेचून आणता आलीच पाहिजे, असं नसतं. तुम्हाला जे घडावं असं वाटतं त्याच फलिताच्या दिशेनं प्रत्येक गोष्ट गेलीच पाहिजे, असंही नसतं. फलित ही महत्त्वाची गोष्ट नसते. त्या गोष्टीच्या मुळाशी तुमच्या हृदयाची आणि मनाची एकात्मता असते आणि तीच महत्त्वाची असते. तुमच्या समावेशक अस्तित्वानं एकात्मतेनं कार्य करणं महत्त्वाचं असतं. सगळ्या गोष्टी या फक्त शक्यता आहेत, त्या म्हणजे निश्चितता नाहीत, हे समजून घेऊन त्याने एकात्मतेनं कार्य करण्याची गरज असते. अन्यथा तुम्ही विक्षिप्त व्हाल आणि अशा विक्षिप्त मनोरचनेतून तुम्ही ॲडॉल्फ हिटलरसारखे कोणीतरी होऊ शकाल. हिटलरनं अपयशाच्या विचाराला थाराच दिला नव्हता आणि असं करताना त्याने कोट्यवधी लोकांना दुःखाच्या आणि विनाशाच्या खाईत ढकलून दिलं होतं.

नेत्यांकडे निकोप आणि परिपक्व दृष्टिकोन असणं ही गोष्ट राजकीय वर्तुळात अत्यंत महत्त्वाची असते, अन्यथा ते वाईट पराभूत नेते असतील. क्रीडा क्षेत्रातील नेते वाईट पराभूत खेळाडू होतील. असे नेते लोकांना दुःख देतील. राजकारण हे एक चक्र असतं : यात जय –पराजय या गोष्टी सतत घडत राहतात. क्रीडा जगतात जे लोक पराजयाचा खिलाडू वृत्तीनं स्वीकार करतात त्यांच्याविषयी आपल्याला आदर वाटतो. केवळ क्रीडांगणावर मिळवलेला जयच महत्त्वाचा नसतो, तर तुम्ही ज्या मूल्यांसह खेळता ती मूल्यंही महत्त्वाची असतात. तुमचं वर्तन अनैतिक स्वरूपाचं असेल, तुम्ही फसवणूक करून जिंकला असाल, तर त्या जिंकण्याला काहीच महत्त्व नसतं. ते कवडीमोल ठरतं.

उदाहरणच द्यायचं झालं, तर क्रिकेटचं देता येईल. चॅपेल बंधूंनी 'अंडरआर्म बॉलिंग प्रकरणात' न्यूझीलंडच्या विरोधात केलेलं कृत्य आठवा. ते जिंकले; पण त्यांची प्रतिष्ठा धुळीस मिळाली म्हणून जरी जिंकण्याचं फलित मिळालं असलं तरी याला चांगलं नेतृत्व म्हणता येणार नाही; परंतु तुम्ही उचित प्रकारे उचित गोष्ट केली, फसवणूक केली नाही, शक्य तितकं उत्तम खेळलात तर तुम्हाला चांगला खेळाडू म्हणता येईल. याच प्रकारे राजकीय वर्तुळात, सामाजिक वर्तुळात वेगळ्या दृष्टिकोनावर भर देणाऱ्याला खरा मुत्सद्दी राजनीतिज्ञ म्हणता येतं. फक्त विरोधकावर किंवा शत्रूवर कुरघोडी करण्याचा प्रयत्न करणाऱ्याला खरा मुत्सद्दी राजनीतिज्ञ म्हणता येणार नाही. अखेरीस अंतर्गत समाधानातून आकर्षकपणा औचित्यपूर्णता

प्राप्त होते. जर आपलं वर्तन औचित्यपूर्ण आणि आकर्षक नसेल, जर आपण निगरगट्टपणे, कोडगेपणानं आणि अत्यंत अहंकारी नेत्यांप्रमाणे वागत असू तर आपली अधोगती होणं निश्चित असतं.

इलॉन मस्क हा उद्योजक स्टीव्ह जॉब्जबद्दल काय म्हणतो ते ऐकणं स्वारस्यपूर्ण आहे. त्याला वैयक्तिकरित्या जॉब्ज फारसा आवडत नाही. त्याला तो उद्धट आणि कठोर वाटतो. एक प्रकारे त्याचं म्हणणं योग्यही आहे, कारण एकेकाळी जॉब्ज अत्यंत निर्दयीपणे वागला होता; परंतु काहीही झालं तरी त्याचं जीवन अत्यंत उत्पादक स्वरूपाचं, निर्मितीक्षम आहे. त्याच्या जीवनात नंतरच्या काळात त्याने त्याची काही गोष्टींविषयीची भूमिका सौम्य केली. उदाहरणार्थ, त्याने त्याच्या मुलांना पुन्हा एकदा आपल्या जीवनात स्थान दिलं. अशा प्रकारे त्याच्या मनात अधिक सखोल समाधानाची भावना निर्माण झाली, कारण बहुधा भौतिक यश म्हणजे सारं काही नाही, हे त्याच्या लक्षात आलं असावं. काही वेळा इतरांची काळजी घेण्यासाठी उच्चतर तत्त्वासमोर झुकणं, समरसतापूर्णतेनं वागणंही चांगलं असतं, हे त्याला समजलं असावं.

आपल्याला सर्वांनाच मृत्यू येणारच असतो आणि मृत्यू हाच महान गुरू आहे. मृत्यू स्वतः आपल्याला गुणवत्तापूर्णतेनं जीवन जगण्यास कसं शिकवतो याविषयी गीता आपल्याला सांगते. आपल्याला लाभलेल्या 'जीवन' या अमूल्य भेटीचे अधिक व्यापक वैश्विक परिणाम समजून घेण्यास मृत्यू आपल्याला मदत करतो. उपनिषदंही मृत्यूच्या महत्त्वावर भर देतात. मृत्यू हा सर्वांत मोठा गुरू असल्याचं ती नमूद करतात. कठोपनिषदात नचिकेत या बालकाची कथा आहे. तिथे मृत्यूदेवता यम ही अस्तित्वाच्या सर्व पैलूंवर, सर्व मुद्द्यांवर नचिकेताशी चर्चा करते. ती संपूर्ण कथा त्यांच्यातील संवादावरच आधारित आहे; परंतु यातसुद्धा *अंधारात एकतर्फी दृष्टिकोन रुजवण्याचा अट्टहास नाही.* त्यात वस्तूंच्या समग्रतेचं दर्शन घडवणं, असं दर्शन करून घेण्यासाठी व्यक्तीचे डोळे उघडणं हा दृष्टिकोन दिसतो. त्याच्यातून समग्र शक्यतांचं दर्शन घडवलं जातं. त्यामुळे कोणत्याही अनपेक्षित घटनेमुळे व्यक्ती मोडून पडत नाही, हताश होत नाही, कारण कुठल्याही गोष्टीसाठी तिची अंतःकरणापासून आणि मनापासून तयारी झालेली असते. अपरिपक्व नेत्याच्या मनाची मात्र कोणत्याही नकारात्मक फलिताकरिता तयारी झालेली नसते. त्याला नकारात्मक फलित त्रस्त करतं आणि तो विदीर्ण होतो,

हतबल होतो. म्हणून अशा नेत्यांना नेतृत्वाचा शाश्वत सकारात्मक किंवा खंबीर दृष्टिकोन प्राप्त करून घेता येत नाही.

तुमच्या मार्गात काहीही आलं तरी त्याचा संपूर्ण स्वीकार करू शकणाऱ्या तुमच्या अंतर्दृष्टींना तुम्हाला खुलं करावंच लागतं. 'खंबीर नेतृत्वक्षमता' या शब्दांतून अशी अंतर्दृष्टी लाभलेलं नेतृत्व असा अर्थ सूचित होतो. मग त्यानंतर तुम्हाला कोणता परिणाम किंवा फलित मिळतं याला काहीच महत्त्व नसतं.

प्रकरण १५

विजेत्यानं विजेता असण्याच्या भावनेतून मुक्त झालंच पाहिजे

शिकवण : *ब्रह्मांडीय शक्ती हीच जीवनातील एकमेव खराखुरा 'विजेता' आहे. तिला तुम्ही निसर्ग, प्रकृती किंवा देव अगर परमात्मा म्हणू शकता. विश्वरूप दर्शन देऊन कृष्णानं अर्जुनाला हीच मूलभूत अंतर्दृष्टी दिली. माणसानं स्वतःला कधीही अजिंक्य समजू नये. वेडगळ अभिमान हा माणसाला नेहमीच खूप मोठ्या पतनाकडे घेऊन जातो. विनम्र, दयाळू, स्वाभिमानी आणि खंबीर व्हा. हे सगळे गुण प्राप्त करणं हीच नेतृत्वाची गुरूकिल्ली आहे आणि गीतेच्या ज्ञानाची मध्यवर्ती कल्पनाही आहे.*

अर्जुन जरी जिंकला असला, विजेता असला, त्याचा जय झाला असला तरीसुद्धा आपण विजेता असल्याच्या जाणिवेपासून तो अलिप्त असला पाहिजे. त्या जाणिवेतून तो मुक्त असला पाहिजे. ती व्यक्ती *विजेता* आहे ही कल्पना हीच संपूर्ण समस्या असते.

अनेक नेत्यांनी, राजांनी मोठमोठे भूप्रदेश जिंकून घेतले आणि मोठमोठे विजय मिळवले, याचा इतिहास साक्षीदार आहे, तरीही त्यांची जीवनं आणि त्यांच्या अस्तित्वाचं संपूर्णत्व किंवा अस्तित्वाची समग्रता या गोष्टी नेहमीच निरर्थक आणि विध्वंसक होत्या, कारण त्यांच्या

अंतःकरणात आणि मनात ते स्वतः 'विजेता' असल्याची जाणीव तशीच राहिली होती. विजेता होण्याच्या जाणिवेतून ते क्रूर झाले होते. त्यांच्या कृतींमधून क्रौर्य, अन्याय, अहंकार व्यक्त झाले म्हणून इथे भगवान कृष्ण अर्जुनाला अशी शिकवण देत आहे की, तू युद्ध केलंच पाहिजेस. त्या मार्गावरून तू चाललंच पाहिजेस, कारण तो योद्ध्याचा मार्ग आहे. मात्र तरीही कधीही तुझ्या मनात आपण विजेता असल्याची भावना भरून राहता कामा नये. कारण परमेश्वर, अंतरात्मा हाच सर्व गोष्टींचा सर्वोच्च विजेता आहे. तोच 'एकमेव विजेता' आहे. तू फक्त तुझ्या अंतरंगात असलेल्या तुझ्या एकमेव राज्यावरच विजय मिळवू शकतोस. तुझ्या स्वतःच्या अंतर्यामीच्या राज्यावर तू प्रभुत्व मिळवलंस, तर तू जीवनातील खरा विजेता होशील. जर तुला तुझ्या अंतर्गत असलेल्या राज्यावर विजय मिळवता आला नाही, तर तू कितीही मोठा राजा असलास किंवा नेता असलास तरी प्रत्यक्षात जीवनातील फक्त एक याचक असशील. येशूनं अनेकदा असं म्हटलं आहे की, 'तुमच्या अंतर्यामीच परमेश्वराचं राज्य आहे.' भगवान श्रीकृष्णानं जे गीतेत सांगितलं आहे, त्याचाच हा प्रतिध्वनी आहे. कृष्ण म्हणतो की, 'ते तुझ्यातच आहे; परंतु जर तुझ्या मनात 'कर्तेपणाची' किंवा शक्तीशालीपणाची अहंकारयुक्त भावना अस्तित्वात असली तर तू ते राज्य कधीही जिंकू शकणार नाहीस.' ते राज्य जिंकणं याचा काय अर्थ आहे? जगात येण्यामागच्या तुमच्या उद्दिष्टाविषयी अधिकाधिक प्रमाणात ज्ञान प्राप्त करून घेणं हाच आतील किंवा अंतर्गत राज्य जिंकण्याचा अर्थ आहे. तुमच्या धर्माविषयी म्हणजेच तुमच्या कर्तव्याविषयी, तुमच्यातील दैवी हालचालींविषयी, तुमच्या स्वत्वाविषयी जाणून घेणं, या गोष्टींविषयीचं ज्ञान प्राप्त करून घेणं असा याचा अर्थ आहे.

इतिहासात सर्वत्र दिसून येणारी समस्या अशी आहे की, प्रचंड सत्ता प्राप्त केलेल्या बहुतांश लोकांकडे या दैवी शक्तीबरोबर जाण्याची बुद्धी नव्हती किंवा तिच्याबरोबर जाण्याचं ज्ञान नव्हतं. त्यामुळे इतर कोट्यवधी लोकांची आयुष्यं उद्ध्वस्त झालीच, शिवाय त्यांनी पृथ्वीचीही हानी केली. अखेरीस त्यात त्या विजेत्यांचा, त्या राजांचा स्वतःचा बळी गेला. याला फक्त थोडेच अपवाद आहेत. महान सम्राट अशोकाला या गोष्टीचं ज्ञान झालं की, कलिंगाचं राज्य जिंकून तो खऱ्या अर्थानं 'विजेता' झाला नव्हता. ते राज्य जिंकल्यामुळे त्याने प्रत्यक्षात काहीच जिंकलं नव्हतं, याची त्याला

मनोमन जाणीव झाली. त्याऐवजी त्याने विध्वंस घडवून आणला होता. ही जाणीव फक्त त्याला त्याच्या आध्यात्मिक अंतर्दृष्टीमुळे होऊ शकली. ज्या वेळी अंतर्यामीचं राज्य हेच जिंकून घेण्याच्या पात्रतेचं एकमेव राज्य आहे याची त्याला स्पष्ट जाणीव झाली त्या वेळी त्याचं जीवन अर्थपूर्ण झालं. त्यानंतर त्याला 'महान' म्हणून ओळखलं जाऊ लागलं. त्याआधी त्याला कधीही 'महान अशोक' असं म्हटलं जात नव्हतं. ज्या वेळी त्याने स्वतः विजेता असल्याची भावना सोडून दिली, फक्त तेव्हाच तो 'महान' झाला.

खरं म्हणजे विजेता असल्याची ही जाणीव हीच शक्तिशाली नेत्यांमधील खरी सामाईक समस्या असते. या जाणिवेमुळे त्यांची मूलभूत आध्यात्मिक ऊर्जा त्यांच्यापासून दूर जाते हे त्यांच्या लक्षात येत नाही, त्यामुळे त्यांची सारासार विवेकबुद्धीची, चाणाक्षपणानं विचार, कृती किंवा निवडी करण्याची क्षमता हिरावली जात असल्याचं त्यांना उमजत नाही. अहंकारामुळे नेहमीच चुकीच्या निवडी केल्या जातात. चुकीच्या निवडी करणं ही एक नेता करत असलेली सगळ्यात भयावह गोष्ट असते. उचित निवडी करणं, चांगले निर्णय घेणं ही कोणताही नेता करत असलेली उत्तम गोष्ट असते. चांगली निर्णयक्षमता ही फक्त धर्म आणि ज्ञान यांच्या खऱ्या जाणिवेतूनच प्राप्त होते. तुम्हीच अंतिम 'विजेते' आहात याची तुम्हाला सातत्यानं आठवण करून देत असलेल्या विचारांमध्ये संभ्रमित होऊ नका, त्यामुळे तुम्ही फक्त अहंकाराच्या तावडीतच सापडाल. एकदा तुम्ही अहंकारात लिप्त झालात की, ज्या अनंताचा आपण एक अविभाज्य भाग आहोत, त्या अनंताच्या अत्यंत महान अवकाशात तुम्ही भरारी घेऊ शकत नाही. आत्मप्रौढीच्या, अहंकाराच्या पलीकडे जाऊन गोष्टींना अधिक स्पष्टपणे पाहा. त्यानंतर तुम्ही अधिकाधिक उन्नत पातळ्यांवर पोहोचत राहाल. तुमची आकलनक्षमता, तुमची समज उन्नत होत चालल्याच्या जाणिवेतून जे काही तुमच्या समोर येईल, जे फलित तुम्हाला मिळेल, ते चांगलंच असेल.

ज्ञानप्राप्ती झालेल्या व्यक्तीला कोणत्या ना कोणत्या स्वरूपात त्याच्या ज्ञानाचं फळ मिळतं. अर्थातच, काही वेळा ज्ञानी लोकही युद्ध हरल्याचं दिसतं; परंतु अखेरीस त्यांना त्याहूनही अधिक गहन अशा कुठल्या तरी गोष्टीचा लाभ होतो, कारण त्यांच्याकडे अंतर्दृष्टी म्हणजेच अंतर्ज्ञानाचा चक्षू असतो. जी व्यक्ती सत्ता आणि अधिकाराच्या चढाओढीत सतत धावत राहते, ती अखेरीस आपल्याकडची अंतर्दृष्टी गमावून बसते. अशा प्रकारे जी गोष्ट खरोखरची

मूल्यवान असते तीच ते गमावून बसतात आणि विजयाचं फलित हीच त्यांना स्वतःची ओळख वाटते आणि विजयाच्या फलितावरून स्वतःला ओळखू नये असंच कृष्ण अगदी नेमकेपणानं अर्जुनाला सांगतो, कारण या अतिशय लहान गोष्टी असतात. त्या परिपूर्ततेचा, परिपूर्ण तृप्तीचा, समाधानाचा आनंद मिळवून देत नाहीत. प्लॅस्टिकची बनावट फुलं कधीही *कल्पतरूच्या* मधुर ज्ञान-फळांची जागा घेऊच शकणार नाही. कल्पवृक्ष हा रूपकात्मक स्वरूपात इच्छित गोष्ट मिळवून देणारा वृक्ष म्हणून ओळखला जातो. तो ज्ञानवृक्ष आहे आणि अर्जुनानं त्याचं फळ तोडावं असं कृष्णाला वाटतं. गीतेची प्रत्येक शिकवण ही त्या मधुर फळासारखी आहे. योद्ध्यानं ते फळ खाल्लं पाहिजे. ते फळ ज्ञान देतं, पोषण करतं. मन-शरीर-आत्मा अशा संपूर्ण पातळ्यांवर ते व्यक्तीचं पोषण करतं. ते आपल्याला समृद्ध करतं आणि भौतिक वर्तुळात साहसी करतं. त्याच वेळी मानसिक वर्तुळात ते आपल्याला अधिक सावध, दक्ष करतं आणि त्याबरोबरच आत्मिक वर्तुळात आपल्याला सखोल समाधान आणि बोध प्राप्त करून देतं. म्हणूनच अनेक महान लोक गीतेला आध्यात्मिकतेच्या आणि गूढवादाच्या जगातील सर्वाधिक परिपूर्ण ग्रंथ मानतात. गीता तुमच्या मनातील दुराग्रही मतप्रणालीला फटकारते आणि तुमच्याकडे असलेलं पद, सत्ता, संपत्ती यांतून तुम्हाला आनंद मिळवता येतो ही कल्पना असत्य असल्याचं स्पष्ट करते. या गैरसमजाची मुळं ती छाटून टाकते आणि त्याऐवजी तिच्या जागी आणखी सत्य आणि आणखी अर्थपूर्ण असलेल्या गोष्टीची पेरणी करते. ती गोष्ट तुमच्याकडून काढून घेणं कधीही शक्य नसतं.

सत्ता, पद, संपत्ती या सगळ्या गोष्टी येतात आणि जातात; परंतु जाणिवेच्या उच्चतर वर्तुळाशी संबंधित असलेली एकमेव गोष्टच शाश्वत, कायमस्वरूपी आणि कालातीत असते. गीता या जाणिवेविषयीच भाष्य करते. जर तुम्ही युद्धातील 'विजेता' असल्याच्या अहंकारापासून तुमची जाणीव किंवा तुमचा अंतरात्मा मुक्त असेल फक्त तरच तुम्ही युद्धातील खरे विजेते असाल. अहंकाराला दूर ठेवण्याच्या युद्धात तुम्ही विजयी झाला असाल तर तुम्ही खरे विजेते असाल. अर्जुन आणि कर्ण या दोघा बंधूंमधीलही हा मूलभूत फरक आहे. कर्ण हा नेहमीच शीघ्रकोपी आणि अहंकारी होता, तर अर्जुनाकडे फारसा अहंकार नव्हता. त्याची विचारसरणी ही अधिक स्पष्ट आणि अधिक निष्पाप होती म्हणून अखेरीस त्याचा विजय झाला. परमेश्वराचं किंवा त्या सर्वोच्च शक्तीचं सत्य हे नेहमीच अहंकाराचं ओझं

नसलेल्या व्यक्तीच्या बाजूलाच असतं. फक्त आपल्याकडच्या कौशल्यांच्या आधारावर स्वतःला सर्वश्रेष्ठ न मानणाऱ्या व्यक्तीच्या बाजूलाच ही सर्वोच्च शक्ती असते. विजय हा फक्त कौशल्यांच्या जोरावरच मिळवता येत नाही, हा एक अत्यंत महत्त्वपूर्ण सिद्धान्त आहे.

काही लोकांना नेहमीच असं वाटतं की, त्यांच्याकडे अधिक चांगल्या कौशल्यांचा संच असल्यामुळे ते अधिक चांगले आहेत; परंतु ज्या लोकांकडे स्थितप्रज्ञतेची, शांततेची आणि संयमाची गाढ, सखोल जाणीव असते तेच लोक सर्वांगीण विजय मिळवत असल्याचं तुम्हालाही आढळलं असेल.

कौशल्यांच्या आधारावर स्वतःला महत्त्वपूर्ण मानून, आपल्या महत्त्वाच्या जाणिवेत गुंतून पडणं ही गोष्ट हानिकारक असू शकते. अहंकार नसलेले लोक नेहमीच अधिक यशस्वी होतात, कारण ते कुठल्याही गोष्टी, कुठलीही कामं अधिक मुक्त , अधिक स्वतंत्र पद्धतीनं करू शकतात. त्यांच्याविषयी इतर लोक काय विचार करतात याच्याशी त्यांना काहीही देणं-घेणं नसतं. भूतकालीन बलाढ्य राजे-महाराजे आणि सम्राट यांच्याप्रमाणेच अहंकारी किंवा विजेत्या लोकांच्या बाबतीत एक महत्त्वाची समस्या असते - त्यांच्याकडे गमावण्यासारखं खूप काही असतं, त्यामुळे त्यांच्या मनात नेहमीच असुरक्षितता असते. त्यांचं पद गेलं किंवा ते रद्द करण्यात आलं तर काय होईल? म्हणून ते नेहमी असुरक्षित असतात. ते नेहमीच धास्तीच्या आणि भयाच्या जाणिवेतून काम करतात आणि म्हणून ते चुकीची कामं किंवा कृती करतात किंवा चुकीच्या कामांची बांधिलकी पत्करतात.

आपल्याकडे असलेलं पद किंवा आपल्याला युद्धात मिळालेला विजय हीच आपली ओळख आहे, असा विचार न करणाऱ्या नेत्यांकडे गमावण्यासारखं काहीच नसतं. ते पुढे घडणाऱ्या घटनांकडे नवीन दृष्टींनी पाहतात आणि असं करताना ते जवळजवळ अपराजित होतात, कारण जी व्यक्ती आधीपासूनच पराभव पत्करण्यास तयार असेल तिला तुम्ही कसं काय हरवू शकाल? दुर्बलतेच्या याच जाणिवेतून ते आपल्या मनाला आणि हृदयाला कमाल प्रमाणात कार्य करण्याकरिता मुक्त करतात. त्यातूनच त्यांना त्यांच्याविषयी अधिक खात्री वाटू लागते. त्यांच्या स्वतःच्या ताकदीविषयी त्यांना अधिक निश्चितता वाटू लागते. त्यांना त्यांची स्वतःची किंवा वैयक्तिक ताकद माहीत असते आणि त्या ताकदीसह ते काम करतात. त्याच्यातून त्यांना खरा विजय तर मिळतोच; पण त्याबरोबरच त्याचा नैसर्गिक परिणाम म्हणून त्याच्या पाठोपाठ त्यांना आनंदही प्राप्त होतो.

प्रकरण १६

आपल्याला सगळंच माहीत आहे असा विचार कधीही करू नका

शिकवण : *सतत विकास करून घेत राहा. तुमच्या अस्तित्वाच्या अधिक चमकदार तेजाकडे जात राहा. आध्यात्मिक विकासावर लक्ष केंद्रित केल्यामुळे तुम्ही सर्व प्रकारचे अडथळे ओलांडून त्यांच्यावर मात करू शकाल. तुमच्या मार्गावर तुम्हाला अडखळायला लावणारे अडसर तुम्ही दूर कराल. खरोखरच्या यशस्वी लोकांचं आणि महान नेत्यांचं हेच रहस्य असतं. ते कधीही अध्ययन करणं आणि विकसित होणं थांबवत नाहीत. त्यामुळेच ते कधीही आत्मजाणिवेत अडकून पडत नाहीत. जीवनप्रवास करताना ओझं बरोबर घेऊन चालत राहू नका. या प्रवासाकडे आत्म्याचं महान साहस म्हणून पाहा. या प्रवासाच्या दरम्यान आत्मा कालातीतपणे विस्तारित आणि विकसित होत राहतो आणि आपण तरी कोण आहोत? आपण म्हणजे विशुद्ध आत्मा आहोत. या दृष्टिकोनातून, बिकट परिस्थितींच्या, अडचणींच्या, संकटांच्या सर्व परिस्थितींकडे आत्म्याच्या साहसी प्रवासातील फक्त काही प्रकरणं म्हणून पाहता येतं म्हणून आव्हानं तुम्हाला विळखा घालून तुम्हाला पूर्णपणे दडपून टाकून*

तुमच्यावर मात करत नाहीत, तर त्याऐवजी ती तुम्हाला मनाच्या-शरीराच्या आणि आत्म्याच्या प्रगतीकडे नेतात.

योद्धा म्हणून अर्जुनानं सर्वोच्च स्थान प्राप्त केलं होतं. त्याला त्याच्या काळातील जीवित योद्ध्यांपैकी सर्वश्रेष्ठ *योद्धा* मानलं जात होतं. फक्त कर्ण हाच युद्ध कौशल्याच्या बाबतीत त्याच्या जवळपास फिरकू शकत होता; परंतु तरीही अर्जुनाला योद्ध्याविषयीची खरी रहस्यं भगवान कृष्णाकडून शिकून घ्यावीच लागली. ही युद्धाची विशिष्ट कौशल्यं नव्हती; परंतु योद्धा होण्याच्या खऱ्या कलेचं खरं कौशल्य त्याला शिकावं लागलं. त्याला अनासक्त, अलिप्त, परम योद्धा होण्याचं कौशल्य शिकावं लागलं. आपलं कर्तव्य, आपला धर्म पाळणारा योद्धा होण्यास त्याला शिकावं लागलं. भगवान कृष्णाकडून त्याला हे शिकून घ्यावंच लागलं. यातला नेतृत्वासाठीचा धडा असा आहे की, आपण कधीही विकास करून घेणं थांबवता कामा नये. आपल्याला जे माहीत असण्याची गरज आहे, ते सगळंच माहीत आहे असा विचार आपण कधीही करू नये, कारण ज्या क्षणी आपण असं करतो त्या क्षणी आपला विकास आणि अध्ययनही खुंटतं आणि आपली ही हानी आपणच आपल्या हातानं केलेली असते.

नेत्यांच्या संदर्भातील ही सामाईक समस्या असते. एकदा त्यांनी नेतृत्वाचं स्थान प्राप्त केलं की, त्यांना खूप काही माहीत आहे असा विचार ते करू लागतात, त्यामुळे नेतृत्वाच्या अधिक उच्च सिद्धान्ताचा अनुभव घेणं ते थांबवतात. कृष्ण अर्जुनाच्या हाताला धरून त्याला नेतृत्वाच्या आणि युद्धकलेच्या अत्युच्च रहस्यांविषयी मार्गदर्शन करतो आणि त्यानंतरच अर्जुनाचा विकास होतो. त्याला आधी जे काही माहीत असतं ते सारं जुनं-पुराणं, मृत ज्ञान असतं. आता त्याला नवीन भविष्याच्या दिशेनं धीटपणानं पुढे जावंच लागतं आणि नवीन मनोरचनेतून युद्ध लढावंच लागतं.

म्हणून मनाच्या नवीन चौकटीतून प्रत्येक आव्हान पेलणं आणि प्रत्येक परिस्थितीला तोंड देणं हे विकसित योद्ध्याचं आणि विकसित नेतृत्वाचं खरं रहस्य आहे. कृष्ण त्याच्यावर इतका मानसिक आणि भावनात्मक दबाव टाकतो की, अर्जुन जवळजवळ मोडून पडण्याच्या अवस्थेपर्यंत येतो. त्याच्या डोळ्यांत अश्रू येतात. कृष्ण त्याला भयापर्यंत नेतो. तो त्याचा

थरकाप उडवतो, त्याला थरथर कापायला लावतो. तो त्याला एक अधिक श्रेष्ठ गोष्ट दाखवतो; परंतु या सगळ्या प्रक्रियांमधून अर्जुनाचा विकास होतो. उत्क्रांती किंवा विकास ही सोपी प्रक्रिया नाही. विकासासाठी तुम्हाला जे माहीत असतं ते सगळं तुम्हाला बाजूला ठेवावं लागतं. आपल्याला सगळंच माहीत नाही, हे मान्य करावं लागतं. फक्त त्यानंतरच तुमच्यामध्ये विकसित जाणीव निर्माण होते. ही खरी मुक्ती असते आणि आयुष्याची इतिकर्तव्यता आणि परिपूर्ती असते. ही गोष्ट फक्त नेत्यांनाच लागू होत नाही तर प्रत्येक व्यक्तीला लागू होते.

मूलतः तुम्हाला विकसित नेता व्हायचं असेल आणि जर तुम्हाला सतत अधिक उच्च प्रकारचा विकास करून घ्यायचा असेल, तर तुम्हाला तुमच्याकडे असलेल्या मूळ मानसिक-आध्यात्मिक रूपात अडकून पडून चालणार नाही. अधिक उच्च स्तराच्या दिशेनं वाटचाल करा. अधिक आनंदाच्या दिशेनं चालू लागा. विकासाच्या मार्गाच्या दिशेनं चालू लागा. अर्जुन नेमकं हेच करतो. आपल्याला खूप काही माहीत आहे किंवा आपण भरपूर यश प्राप्त केलं आहे, या भावनेत अडकून न पडता आपल्याला पुढे वाटचाल करावीच लागणार आहे, हे मुळातच तो विकसित व्यक्ती असल्यामुळे त्याला उमजत होतं. शिवाय त्याच्याकडे परमोच्च गुरू होता. प्रत्यक्ष महान प्रभू त्याचा गुरू होता. हा गुरूच अर्जुनाच्या योद्धा म्हणून असलेल्या आधीच्या ओळखीच्या पलीकडे त्याला नेतो. अर्जुनाला जाणिवेच्या किंवा चैतन्याच्या अत्युच्च प्रतिष्ठेच्या आणि कीर्तीच्या दिशेनं जावंच लागेल, हे कृष्ण त्याला शिकवतो. त्यानंतरच अर्जुनाला खरा विजय मिळेल, असं तो त्याला सांगतो.

प्रामाणिक योद्ध्याचा आणि प्रामाणिक नेत्याचा हाच खरा मार्ग आहे. खरोखरच्या विजयासाठी तुम्हाला पुढे वाटचाल करावीच लागते. तुम्हाला भूतकाळ सोडून द्यावाच लागतो. तुम्हाला अहंकाररहित परिस्थितीच्या दिशेनं चालावंच लागतं. 'मला माहीत आहे,' असं अहंभावानं म्हणणं हाच जगातील सगळ्यात मोठा अहंकार आहे. सर्वश्रेष्ठ असलेल्या परमात्म्याशिवाय कोणालाही अंतिम, परमसत्य माहीत नसतं. 'मला माहीत आहे,' या भावनेचा विचारच माणसाच्या विकासाला प्रतिबंध करतो.

ग्रीक संस्कृतीत एक अतिशय रोचक कथा आहे. पृथ्वीवरची सर्वाधिक ज्ञानी व्यक्ती कोण आहे, असा प्रश्न दैवी संकेतांचे अर्थ सांगणाऱ्या

डेल्फीच्या ज्ञानी महिलेला विचारण्यात आला. त्यावर आकाशवाणी झाली की, सॉक्रेटिस ही ती व्यक्ती आहे. हे उत्तर ऐकल्यानंतर लोक सॉक्रेटिसकडे गेले; पण तो म्हणाला, 'मला काहीही माहीत नाही.' म्हणून ते पुन्हा त्या स्त्रीकडे परत गेले. तिला अंतर्गत गुह्य गोष्टी माहीत असल्याचं मानलं जात होतं. सॉक्रेटिसनं त्याला काहीही माहीत नसल्याचं सांगितल्याचं त्यांनी तिला सांगितलं. जर तोच असं म्हणत असेल तर तो सर्वाधिक ज्ञानी कसा काय असू शकेल अशी शंकाही त्यांनी उपस्थित केली. त्यावर ती म्हणाली, 'होय म्हणूनच ती त्याला सर्वाधिक ज्ञानी व्यक्ती म्हणते, कारण आपल्याला काहीही माहीत नाही, हे त्याला माहीत आहे. इतरांना असं वाटतं की, त्यांना सगळंच माहीत आहे, त्यामुळेच सॉक्रेटिस हा सर्वाधिक ज्ञानी आहे.'

म्हणूनच 'मला सगळ्याच गोष्टी माहीत नाहीत,' असं म्हणण्यातून आणि त्या विधानाचा अर्थ अगदी मनापासून स्वीकारण्यातूनच ज्ञान, अंतर्गत एकात्मता आणि अंतर्गत सामंजस्य यांचा उदय होतो. त्यानंतर तुम्ही एखाद्या अधिक उच्चतर गोष्टीच्या दिशेनं जाऊ लागता, अन्यथा तुम्ही जिथे असता, तिथेच अडकून पडता. अशा वेळी तुम्ही साचलेल्या पाण्याचं तळं होता. तुम्ही सागराला जाऊन मिळणारी नदी होत नाही. प्रत्येक अस्तित्वानं, प्रत्येकानंच विकसित होऊन अस्तित्वाच्या सागराला जाऊन मिळणं आवश्यक असतं. म्हणून पुढे चला!

उपनिषदांमध्ये असं सांगण्यात आलं आहे की, *चरैवेती, चरैवेती.* म्हणजे 'पुढे चला, सतत पुढे चालत राहा.' बुद्धानंही नेमकं हेच सांगितलं आहे. तुम्ही ज्ञात गोष्टीपासून पुढे चालत राहिलं पाहिजे. तुम्हाला जी गोष्ट तुमचं पद, तुमची सत्ता आहे असं वाटतं, तिच्यापासून पुढे जात राहा. तिच्यातच अडकून पडू नका किंवा तिच्याशी बद्ध होऊ नका. तुम्ही तिच्यातच अडकून पडलात, तर तुम्ही तुमच्या उच्चतर प्रकृतीच्या जवळपासही पोहोचण्याची शक्यता नसेल.

विकास कधीही थांबत नाही. ती एक सातत्यपूर्ण प्रक्रिया आहे. समजा, तुम्ही एखाद्या संस्थेचे सीईओ झालात, अध्यक्ष झालात, एखाद्या संघटनेचे किंवा राष्ट्राचे प्रमुख झालात – म्हणजेच तुम्ही एखादं विशिष्ट पद प्राप्त केलं, तर त्याचा अर्थ तुम्ही शिकणं, अध्ययन थांबवलं पाहिजे, असा होत नाही. अर्जुनानं त्याच्या मनातील सगळे विचार जसे सोडून दिले होते, तसेच तुमच्या मनातीलही सगळे विचार सोडून द्या. सगळे विचार सोडून

दिल्यानंतर अर्जुन सत्याच्या अनंततेचा स्वीकार करण्यास अधिक प्रमाणात तयार झाला. तो त्याच्या अधिक निकट पोहोचू शकला. या सगळ्याचा परिणाम म्हणून तो अधिक चांगला योद्धा झाला. अगदी त्याची लढण्याची पद्धतही बदलली. कारण, त्यानंतर त्याला मानसिक आणि आध्यात्मिक स्वातंत्र्य प्राप्त झालं होतं आणि त्या पार्श्वभूमीतून तो लढत होता. त्याच्या मनात आता कोणताही मानसिक अडथळा नव्हता. तो इतका गतिशील झाला होता की योद्धा म्हणून तो पूर्वी कधीही नव्हता इतका भयावह झाला होता आणि त्याला रोखणं केवळ अशक्य होतं. तो अजिंक्य झाला होता.

म्हणून अशा प्रकारे एक व्यक्ती म्हणून अजिंक्य आणि अमर्याद होण्यासाठी तुम्ही स्वप्नातून आणि आपल्याला सगळंच माहीत आहे, या गैरसमजातून जागृत होणं अतिशय महत्त्वाचं असतं. तुम्ही स्वप्नातून बाहेर पडलात तरच तुम्ही यशाच्या आकाशात अधिक उंचावर भरारी घेऊ शकता. आपल्या मनातील अहंकाराच्या आणि महत्त्वाकांक्षेच्या जाणिवेनं लोक अधोगामी स्तराशी बद्ध झालेले असतात. तुमच्या मनात एखादं पद मिळवण्याची महत्त्वाकांक्षा असू नये. तुमच्या मनात आपला विकास करून घेण्याची इच्छा असली पाहिजे. तुम्ही स्वतःचा इतका विकास करून घेतला पाहिजे की, ते पद तुमच्याकडे आपोआपच चालत आलं पाहिजे. हा धूर्तपणाचा किंवा अतिशय हुशार असण्याचाही प्रश्न नाही. ते दोन्ही अतिशय संकुचित मार्ग आहेत. तुमच्यातील अत्यंत महान भागाच्या दिशेनं जाणं हा यातला खरा मार्ग आहे. हा अत्यंत महान भाग म्हणजेच तुमच्या अंतरंगात वास करत असलेली ती अंतिम परम शक्ती आहे. प्रत्यक्ष ब्रह्मांडाचं ते सूक्ष्म प्रतिबिंब आहे.

आपल्या स्वतःच्या मार्गांनी परमात्म्यापर्यंत पोहोचण्याचा प्रवास करणं हेच सर्वोच्च, उत्कृष्ट जीवन आहे. तुम्ही नेता असाल तर तुमच्या लोकांना आणि तुमच्या टीमला तुम्ही या आत्मबोधाच्या अमर्याद मार्गावरून नेऊ शकता; परंतु पहिला पर्वत पादाक्रांत केल्यानंतर थांबू नका. तसेच पुढे जात राहा. तुमच्या समोर त्याच्या पुढेही चढून जाण्यासाठी आणखी एक आधीच्या शिखराहून उंच शिखर असतं. खरं तर जाणिवेच्या, विकासाच्या जगात सर्वोच्च शिखर अशी मुळातच कोणतीच गोष्ट नसते. तुमच्या समोर अधिकाधिक उंचच उंच शिखरं येत राहतात; पण सगळ्यात पहिल्यांदा, आपल्याला फारसं काहीच माहीत नाही, ही गोष्ट तुम्हाला स्वीकारावीच लागते. त्या विनम्रतेसह

तुम्हाला पुढे जात राहावं लागतं आणि सगळ्या गोष्टींच्या अंतरंगात शिरावं लागतं. शिकण्यासाठी तयार व्हा. त्यानंतर हर प्रकारच्या अधिक उन्नत गोष्टींची परिपूर्तता करण्यासाठी तुमच्यामध्ये शारीरिक, मानसिक आणि आध्यात्मिक अशा शक्ती आपोआपच विकसित होतात.

जीवन हा अधिक महान जाणीव करून घेण्यासाठी जागृत होण्याचा, अंतर्दृष्टी विकसित करण्याचा प्रवास आहे. नेतृत्व हासुद्धा या अधिक उच्च गुणवत्तेच्या जाणिवेपर्यंत पोहोचण्यासाठी जागृत होण्याचा प्रवास असला पाहिजे, कारण फक्त त्यानंतरच तुमच्या स्वत्वाच्या समग्रतेचा, तुमच्या स्वतःच्या सक्षमतेचा तुम्ही अनुभव घेऊ शकता. अन्यथा, तुमच्या शक्तीच्या आणि पदाच्या पलीकडे पाहण्यास तुम्ही असमर्थ असल्यामुळे तुमची क्षमता दडपली जाते. काही वेळा पदं आणि सत्ता या गोष्टीच त्यांना प्रतिबंध करत असल्याचं बहुतांश नेत्यांच्या लक्षात येत नाही. आपली पदं आणि सत्ता या गोष्टींनाच ते सगळ्या गोष्टींचा पाया बनवतात आणि अशा प्रकारे सत्तेच्या आणि पदाच्या ओझ्याखाली दबले जातात. या गोष्टी त्यांच्यासाठी मध होण्याऐवजी विष होतात. खऱ्या नेत्याकडे पुढे जात राहण्याची क्षमता असते.

चंद्रगुप्त मौर्य हे इतिहासातील महान नेत्याचं चांगलं उदाहरण आहे. मगधच्या महान राज्याचा सम्राट म्हणून त्याला नावलौकिक मिळाला होता. त्याच्या हातात प्रचंड सत्ता होती; पण या भौतिक यशाच्या शिखरावर असतानाही तो पुढे विकास करून घेत राहिला आणि वयाच्या चाळिशीत भिक्षू झाला. आपण सगळ्यांनी भिक्षू किंवा संन्यासीच झालं पाहिजे, असा हे सांगण्यामागचा हेतू नाही. आपल्याला जे माहीत असतं आणि आपल्याकडे जे असतं ते सगळंच्या सगळं आपण पूर्णपणे सोडूनच दिलं पाहिजे, असंही नसतं. आपलं कोणतंही उद्दिष्ट असलं तरी आपल्याकडे सर्वोच्च उद्दिष्टाची निर्मिती करण्याची इच्छा असली पाहिजे, एवढीच यामागची कल्पना आहे. एका व्यक्तीकडे आध्यात्मिक व्यक्ती होण्याचं उद्दिष्ट असेल, तर दुसरीकडे फक्त तिच्या स्वतःच्या विषयातील अधिक अंतर्दृष्टी प्राप्त करून घेण्याचं उद्दिष्ट असेल.

तुम्ही व्यावसायिक, उद्योजक, धुरंधर राजकारणी, शास्त्रज्ञ, संगीतकार, कलाकार, राजकीय नेता किंवा इतर कोणीही असलात तरी ती आपल्या विषयात अधिक खोलवर बुडी मारून अधिकाधिक जाणून घेण्याची आणि आपला विकास करून घेण्याची एक प्रक्रिया असली पाहिजे. आपण आधी

केलेली एखादी संगीत रचनाच सार्वकालिक महान रचना आहे, असा विचार एखाद्या कलाकारानं केला, तर त्याचा त्या रचनेनंतर विकास होणार नाही. त्याचा विकास तिथेच अडखळल्यासारखा थांबेल. मोझार्टनं किंवा बीथोवेननं अशी भावना बाळगून स्वतःवरच बंधन घालून घेतलं नव्हतं. ते पुढे प्रगती करून घेत राहिले. त्याचप्रमाणे महान शास्त्रज्ञाकडेही नवीन विचार ग्रहण करण्याकरिता खुलं मन असतं. मनाचा असा खुलेपणा असलेल्या लोकांमधूनच अल्बर्ट आइन्स्टाईन किंवा स्टिफन हॉकिंग यांच्यासारखी व्यक्तिमत्त्वं निर्माण होतात. 'मला सगळंच माहीत नाही,' हे सांगण्याचं साहस असणं आणि सत्य स्वीकारण्यास खुलं असणं या अत्यंत महत्त्वाच्या गोष्टी असतात. विज्ञानाचा अभ्यास करणाऱ्या व्यक्तीच्या दृष्टीनं एखादी शास्त्रीय गोष्ट हे सत्य असू शकेल. आध्यात्मिक साधकाच्या दृष्टीनं आत्म्याचा, सत्याचा गूढ शोध हे सत्य असू शकेल.

उद्योजकासमोर एका पाठोपाठ येणाऱ्या आव्हानांना तोंड देऊन त्या मार्गानं विकास करून घेणं हाच सत्याच्या निकट जाण्याचा मार्ग असू असेल. म्हणूनच विविध प्रकारचे उद्योग-व्यवसाय करणाऱ्या इलॉन मस्कसारख्या उद्योजकाला आज इतका आदर प्राप्त होत आहे, कारण तो थांबला नाही. तो मानवतेसाठी नवनवीन उपाययोजना विकसित करण्याचे प्रयत्न करत राहिला. अगदी थॉमस एडिसनही असाच होता. त्यानेही एका पाठोपाठ एक आव्हानांना तोंड दिलं. उत्कृष्टतेचा आणि यशाचा पाठपुरावा करण्यासाठी आपली विकास करून घेण्याची तयारी असावी लागते. नेतृत्वासह इतर सर्वच क्षेत्रांमधील गोष्टींसाठीचा हा मूलभूत, पायाभूत सिद्धान्त आहे.

प्रकरण १७

ज्ञानाचा साक्षात्कार कुठेही होऊ शकतो, हे गीता सिद्ध करते

शिकवण : *व्यक्तीचा खरोखरचा कायापालट किंवा तिला होणारा ज्ञानाचा साक्षात्कार हा उत्स्फूर्त असतो आणि असा साक्षात्कार कुठेही घडू शकतो आणि व्यक्तीचा कायापालट होऊ शकतो, या अत्यंत प्रगाढ दृष्टिकोनात कृष्णाच्या गीतेचं सौंदर्य सामावलेलं आहे. खरं म्हणजे ज्या वेळी आपल्याला आव्हानांना तोंड द्यावं लागतं, त्या वेळी तो अधिक झपाट्यानं होतो. अर्जुनाच्या बाबतीत नेमकं हेच घडलं. तो ऐन युद्धाच्या प्रसंगी मानसिक संघर्षाच्या द्वंद्वात चक्रावून गेला होता आणि त्याच वेळी त्याला ज्ञानाचा साक्षात्कार झाला. नेत्यांनी ही गोष्ट लक्षात ठेवली पाहिजे की, सगळ्या संकटांना परिवर्तनवादी क्षणांमध्ये बदलून टाका. भगवत्‌गीतेचं हेच मर्म आहे.*

युद्ध सुरू होण्याच्या आधी दोन्ही सैन्यं परस्परांच्या विरोधात उभी ठाकलेली असताना, प्रत्यक्ष *रणभूमीवर* गीता सांगितली गेली हा गीतेचा एक अत्यंत आकर्षक पैलू आहे. ही गोष्ट लक्षात घेणं अत्यंत महत्त्वाचं आहे की, आपण संकटात असलो किंवा बिकट प्रसंगात अडकलो असलो तरी, अशा कोणत्याही परिस्थितीत आपल्याला त्या सर्वोच्च

ज्ञानाचा, सर्वशक्तिमान परमेश्वरी शक्तीचा आवाज उपलब्ध असतो. ज्याप्रमाणे अर्जुनाला कृष्ण उपलब्ध होता, तसंच हेही आहे.

गूढ ज्ञान मिळवण्यासाठी आणि आध्यात्मिक साक्षात्काराची अनुभूती घेण्यासाठी आपण एखाद्या आश्रमात किंवा मठात गेलंच पाहिजे, असं नाही. आपण आपली सगळी कर्मं किंवा कामं करत असतानाही हे ज्ञान आपल्याला प्राप्त होऊ शकतं. मग आपण एखादं युद्ध करणार आहोत की, आयुष्यातील एखाद्या अवघड परिस्थितीत सापडलो आहोत, याने काहीही फरक पडत नाही.

अत्यानंदाचे, समरसतेचे, प्रेमाचे, करुणेचे असे उत्कट इच्छांचे कोणतेही क्षण असतील तरी आध्यात्मिक साक्षात्कार होऊ शकतो. अगदी आपण एखाद्या संकटाला तोंड देत असतानाही तो घडू शकतो. युद्ध ही तर अतिशय टोकाची, निर्णायक संकटमय परिस्थिती असते. हा संकटाचा चरम बिंदू असतो. निर्णय घेणाऱ्या नेतृत्वाचा कस पाहणारी ती महत्त्वपूर्ण परिस्थिती असते; परंतु अगदी तिथेसुद्धा आंतरिक अत्यानंद सापडू शकतो. तिथेही महान तृप्ततेचा, समाधानाचा क्षण सापडू शकतो.

म्हणून गीतेतून आपल्याला असं समजतं की, आपण काहीही करत असलो तरी प्रत्येक ठिकाणी ती सर्वोच्च शक्ती, तो परमात्मा आपला दरवाजा ठोठावत असतो. आपण एखाद्या व्यावसायिक संघटनेचं नेतृत्व करत असू किंवा कामाच्या ठिकाणी एखाद्या आव्हानात्मक परिस्थितीला तोंड देत असू किंवा आपण एखादी समस्या सोडवत असू किंवा एखाद्या बिकट प्रसंगाला तातडीनं सोडवण्याच्या कामात गुंतलेले असू किंवा युद्ध करत असू - कोणत्याही परिस्थितीत आपल्याला साक्षात्कार होऊ शकतो. उलटपक्षी युद्धासारख्या अत्यंत आणीबाणीच्या आणि निकराच्या क्षणी तर असा साक्षात्कार होण्याची शक्यता सर्वाधिक असते. अशा प्रत्येक क्षणी ते ज्ञान आपला दरवाजा ठोठावत असतं. आपल्याला फक्त असा साक्षात्कार होण्याच्या शक्यतेची जाणीव बाळगावी लागते. ती गोष्ट महत्त्वाची असते. त्यानंतर आपण कोणत्याही कामात व्यग्र असलो तरी त्यामुळे काहीही फरक पडत नाही. आपल्याला तेव्हाही कार्य करण्यासाठी अंतःकरणाची किंवा हृदयाची आणि मनाची ध्यानात्मक, संतुलित, चिंतनशील , गतिशील अवस्था प्राप्त होऊ शकते.

यामुळेच गीता अद्वितीय, अद्‌भुत ठरते आणि बहुधा यामुळेच गीता हा अत्यंत व्यवहार्य आणि अत्यंत व्यापक दृष्टिकोनाचा महान ग्रंथ

आहे. आपल्याला आपलं काम किंवा आपलं कर्तव्य सोडून दिलं पाहिजे, त्याच्यापासून आपण पळ काढला पाहिजे असं ती आपल्याला सांगत नाही; परंतु आपल्याला ती याच्या विरुद्ध गोष्ट सांगते. ती आपल्याला असं सांगते की, तुम्ही आपलं कर्म करत राहा. ते करत असतानाच तुम्हाला सर्वोच्च ज्ञानाची प्राप्ती होऊ शकते. तोच सर्वोच्च धर्मही असतो. तुम्हाला त्याच वेळी सर्वोच्च आध्यात्मिकतेचा लाभ मिळू शकतो. तुम्ही कर्म करत असाल तर, बाकी सगळ्या गोष्टी तिथूनच घडू शकतात.

म्हणून गूढ आणि आध्यात्मिक जाणिवेतून किंवा अंतर्दृष्टीतून प्रेरणा घेऊन तुम्ही कर्म किंवा तुमचं काम करा असं गीता सांगते. आपलं काम करत असतानाच तुम्ही अशी प्रेरणा मिळवू शकलात तर मग तुम्ही खरोखरच आनंदमय जीवन जगण्यास पात्र असता. आपल्या कामापासून, कर्तव्यापासून पळ काढून ध्यानासाठी, प्रार्थनेसाठी किंवा पूजेसाठी जागा शोधणं ही अत्यंत सोपी गोष्ट आहे; परंतु तुमच्या कामातच आध्यात्मिक अंतर्दृष्टीचा वापर केला तर तुम्ही सर्व आव्हानांवर मात करून केव्हाच त्यांच्या पलीकडे जाऊ शकता. तुम्ही आव्हानांना केव्हाच मागे टाकता आणि त्याद्वारे नेतृत्व करण्यासाठी लागणारं साहस आणि ज्ञान तुम्हाला प्राप्त होतं. नेता म्हणून उचित प्रकारे काम करण्यास तुम्ही सक्षम होता.

तुमच्या जीवनात पुढील गोष्ट करून पाहा : तुम्ही ज्या कशाचं नेतृत्व करत असाल किंवा ज्या कुठल्या कामात गुंतला असाल, त्या वेळी फक्त सर्वोच्च ज्ञान मिळवण्यासाठी उपलब्ध असलेल्या; परंतु दडपल्या गेलेल्या तुमच्या भागाचं स्मरण करा. भौतिक पातळीवरच्या अत्यंत स्फोटक परिस्थितीत तुम्ही सापडला असाल तर त्यात आध्यात्मिक शांतता आणा. अत्यंत संकटमय परिस्थितींमध्ये आध्यात्मिक संतुलनाचा आणि समतोलाचा गुणधर्म आणा. अशा वेळी तुमची नेतृत्वक्षमता अत्युच्च प्रमाणात वाढत चालल्याचं तुमच्या लक्षात येईल. संकटकालीन परिस्थितींमध्ये तुम्ही अत्यंत प्रगाढ शांततेच्या स्थितीत राहून अतिशय शांतपणे कृती करू शकलात तर तुमच्या टीममधून तुम्हाला कशा प्रकारचा आदर मिळू शकेल त्याचा विचार करा. इथेच आपल्या मनाला शुद्ध करून आपल्याला परमात्म्यापर्यंत नेण्यात गीता अग्रेसर ठरते. ती आपल्या दडपल्या गेलेल्या प्रबळ शक्तींना मुक्त करण्याची प्रेरणा आपल्यात निर्माण करते आणि ही सगळी गोष्ट अत्यंत उत्स्फूर्तपणे घडून येते.

काम करत असताना प्रगाढ ज्ञानाची अनुभूती येणं आणि त्या जागरूकतेतून कोणतंही काम करणं हीच इतर कोणत्याही गोष्टीपेक्षा महत्त्वपूर्ण असलेली खरी आध्यात्मिकता असते. कृष्ण अर्जुनाला नेमकी हीच गोष्ट शिकवतो. मनाच्या व्याप्तीच्या पलीकडे ज्ञानाचं सार आहे ही गोष्ट लक्षात ठेवा. सर्व कामांच्या किंवा कर्मांच्या पलीकडे सर्व गोष्टींना शक्ती पुरवणारी एक सर्वोच्च शक्ती आहे हे लक्षात ठेवा. तुम्ही फक्त तिचं स्मरण करा आणि ज्या वेळी जीवनातील अत्यंत निर्णायक महत्त्वाच्या क्षणी तुम्हाला तिची आत्यंतिक आवश्यकता असते त्या वेळी तिच्याशी संपर्क साधा. यात फक्त एकच समस्या आहे. ती म्हणजे बहुतेक लोकांना त्यांच्या स्वतःकडे असलेल्या या ज्ञानाच्या भांडाराचा उपयोग करण्याचं विस्मरण होतं. त्यांच्या टीमबरोबर, ग्राहकांबरोबर काम करत असताना किंवा विरोधकांबरोबर वागताना सहसा नेहमीच ते आपल्या मनाचा तोल सांभाळू शकत नाहीत. ते संतप्त होतात आणि त्यांच्या मनातील नापसंती, असूया किंवा तुलना बाहेर पडू देतात; परंतु आपण म्हणजे ब्रह्मांडात अस्तित्वात असलेलं ते सर्वोच्च ज्ञान, ती सर्वशक्तिमान शक्ती आहोत याचं भान तुम्ही ठेवलंत, तर त्या अन्योन्यक्रियांच्या वेळी आणि त्या क्षणांच्या वेळी तुमच्या कृती या अधिक प्रामाणिक, अधिक सखोल आणि अधिक उत्साहवर्धक व चैतन्यपूर्ण होतील.

योद्ध्याचीही हीच पद्धत, हाच मार्ग असतो. संकटात असताना, बिकट परिस्थितीत असताना शांत राहणं, मृत्यूच्या तोंडावरही निर्भयपणे काम करणं, आघात होण्याची, जखमी होण्याची शक्यता असतानाही आध्यात्मिकतेचं स्मरण करणं हा त्याने अनुसरण्याचा उचित मार्ग असतो.

ही 'योद्ध्याची संहिता' फक्त भारतातच प्रचलित नव्हती, तर जपानच्या सामुराई योद्ध्यांनीही तिचं अनुकरण केलं होतं. विशेषतः वैयक्तिक नेतृत्व आणि खरोखरचं यशस्वी जीवन याविषयी भाष्य करणाऱ्या आध्यात्मिक मूल्यांचं त्यांनी अनुकरण केलं होतं.

प्रकरण १८

लढण्यासाठी सज्ज व्हा

शिकवण : *कोणत्याही आव्हानापासून कधीही पळ न काढणं म्हणजेच 'युद्ध' करणं, किंवा 'लढा' देणं हा गीतेचा आत्मा आहे. हीच खरोखरच्या यशाची आणि महान नेतृत्वाची गुरूकिल्ली आहे. कडव्या प्रतिकारातून निखालस साहस वाढतं, तुमची हिंमत वाढते आणि तिची अभिव्यक्तीही होते. खरोखरचं यश मिळवण्याचा प्रयत्न करत असलेल्यांसाठी साहस किंवा हिंमत ही महत्त्वाची गोष्ट असते. विशेषतः नेत्यांसाठी तर ही गोष्ट अत्यंत महत्त्वाची असते. खरोखरची हिंमत असल्याशिवाय खरोखरचं भौतिक यश किंवा आध्यात्मिक तृप्ती मिळत नाही. तुमच्या समोर येणाऱ्या समस्यांना थेट भिडा. त्यामुळे तुमच्यातील सर्वोच्च मानवी क्षमता जागृत होईल. त्यानंतर अगदी दैवी शक्तीलाही तुम्हाला आणखी ताकद देणं भागच पडेल.*

अत्यंत जागृत आणि शांततापूर्ण आत्म्यांना अतिशय भयानक अत्याचार किंवा हिंसाचार सहन करावे लागले आणि आपल्या बुद्धिमत्तेचा वापर योग्य बाजूनं लढण्यासाठी करावा लागला, हे मानवी इतिहासाचं दुःखद वास्तव आहे. या बाबतीत पौर्वात्य आणि पाश्चात्त्य या दोहोंचीही कहाणी एकसारखीच आहे. सत्ताधारी, शक्तिशाली लोकांनी नेहमीच त्यांना

धोकादायक वाटलेल्या लोकांचा संहार केला आहे. सजग जाणिवेतून आवाज उठवणाऱ्यांवर शक्तिशाली लोकांनी नेहमीच अन्याय, अत्याचार केले आहेत. यात असंख्य लोकांवर अत्याचार झाले आहेत. ग्रीसमधील सॉक्रेटिस आणि मध्यपूर्वेतील जिझस ख्राईस्ट म्हणजेच येशू ख्रिस्त ही याची उदाहरणं आहेत; परंतु कृष्णानं अर्जुनाला असं सांगितलं आहे की, जी व्यक्ती उचित गोष्टीसाठी लढा देण्याची इच्छा बाळगते तीच खऱ्या अर्थानं अंतर्दृष्टी प्राप्त झालेली व्यक्ती असते. तो अर्जुनाला सांगतो की, अन्याय सहन करू नकोस. धनुष्य उचल आणि लढ. जर लढा देण्यामागचं कारण तितकं न्याय्य आणि सबळ असेल तर आपण लढलंच पाहिजे. तोच खऱ्या योद्ध्यांचा आणि नेत्यांचाही धर्म आहे.

ही गोष्ट महत्त्वाची का आहे? तुम्हाला असं वाटेल की, गूढ आणि अध्यात्मवादी मार्ग फक्त शांततेचाच उपदेश करतात; परंतु असं नसतं. उचित, न्याय्य गोष्ट आपण केलीच पाहिजे. जोपर्यंत आपण न्यायाच्या बाजूला असतो आणि निवडीच्या स्वातंत्र्याची व लोकांच्या स्वातंत्र्याची बाजू लढवत असतो तोपर्यंत आपण लढा देण्यास शिकलंच पाहिजे. याचा दहशतवादाशी किंवा अनुचित हिंसाचाराशी काडीमात्र संबंध नाही हेही इथे लक्षात घेतलंच पाहिजे, कारण दहशतवाद ही निष्पाप लोकांवर अत्याचार करणारी, त्यांना दुखापत करणारी किंवा ठार मारणारी कृती आहे; परंतु कृष्णानं सांगितलेला मार्ग हा तुम्ही तुमच्या शत्रूशी समोरासमोर लढण्याचा अत्यंत उदात्त मार्ग आहे. शिवाय तिथे युद्ध कसं करावं याविषयीच्या काही नियमांना दोन्ही बाजूंनी मान्यता दिलेली असते. युद्ध संपल्यानंतर दोन्ही शिबिरांतील लोक एकमेकांच्या मित्रत्वानं भेटी घेत होते, ही महाभारतातील गोष्ट अतिशय विस्मयजनक आहे. खरं म्हणजे पितामह भीष्मांना ठार मारण्यात पांडवांना यश मिळत नव्हतं, त्या वेळी ते स्वतःच कौरवांच्या शिबिरात गेले आणि त्यांनी भीष्मांनाच त्यांचा पराभव कसा करता येईल, असं विचारलं. त्यांनी भीष्मांकडेच त्या संदर्भातील सल्ला मागितला म्हणून जोपर्यंत युद्धातील आपला सहभाग न्याय्य असतो, त्यात कोणतीही सूडभावना किंवा वैरभावना नसते, दुष्टबुद्धी नसते, तोपर्यंत योद्ध्यानं युद्धासाठी सज्ज राहिलंच पाहिजे.

संपूर्ण महाभारतातून आणि गीतेतूनही हीच वैशिष्ट्यपूर्ण शिकवण मिळते की, कोणत्याही न्याय्य लढाईत पाठ दाखवून पळ काढू नका. तुम्ही तसं केलं तर खऱ्या अर्थानं तुमच्यामध्ये नैतिक न्यायाची जाणीव जागृत

झालेली नसते. सत्याच्या बाजूनं उभे राहा. मग विजय तुमचाच असतो. मग सत्य काय आहे ही गोष्ट आपण कशी काय ठरवतो? ज्या वेळी तुम्ही युद्ध करून लाखो लोकांचं दुःखापासून रक्षण करत असल्याविषयी तुमच्या मनात आध्यात्मिक जाणीव निर्माण होते, ज्या वेळी तुम्हाला त्याविषयीची आध्यात्मिक अंतर्दृष्टी प्राप्त होते, फक्त त्याच वेळी तुम्ही रणांगणावर करत असलेल्या गोष्टी महत्त्वाच्या ठरतात. त्या वेळी तुम्ही घेतलेली बाजूच सत्याची असते. अन्याय्य बाजूला विजय प्राप्त झाला तर ती या लोकांना दुःखाच्या खाईत लोटणार असते म्हणून लोकांचं त्यांच्या त्या दुःखापासून तुम्ही रक्षण करता, त्या वेळी तुम्ही घेतलेली बाजू सत्याची असते. कौरवांनी आणि दुर्योधनानं ते युद्ध जिंकलं असतं तर त्याचा अर्थ लाखो निष्पाप नागरिकांना मोठ्या प्रमाणात अन्याय, जुलूम सहन करावा लागला असता. चुकीच्या नेतृत्वाच्या हाती विजय पडल्यामुळे त्यांना मोठं दुःख सहन करावं लागलं असतं. दुर्योधन आणि त्याचे बंधू हे चुकीच्या नेतृत्वाचं, अहंकारी नेतृत्वाचं उत्तम उदाहरण होते. चुकीच्या लोकांचं किंवा चुकीच्या लोकांच्या संचाचं तुम्ही सक्षमीकरण केलं तर तुम्ही चांगला नेता नसता. तसं करणं हे महान संशोधक जे. रॉबर्ट ओपनहायमरनं मॅनहॅटन प्रकल्पासाठी केलेल्या युक्तिवादासारखं असतं. या प्रकल्पातून अणुबॉम्बची निर्मिती झाली. खरं तर ओपनहायमर स्वतः संस्कृत शिकला होता आणि हार्वर्ड विद्यापीठात असताना त्याने अनेक वेळा भगवत्गीताही वाचली होती. त्यानंतर त्याने असा निष्कर्ष काढला होता की, उचित बाजूनं लढण्यासाठी त्याच्या बुद्धीचा वापर त्याने केला होता.

त्याला दोस्त राष्ट्रांची भूमिका न्याय्य वाटली. दोस्त राष्ट्रं विजय मिळवण्यासाठी अधीर झाली होती आणि अखेरीस अणुबॉम्ब तयार झाला. जर्मनी आणि जपान यांच्या विरोधातील युद्धात त्याने शोध लावलेल्या या अणुबॉम्बचा वापर करण्यात आला. या कृत्यामुळे लाखो लोकांचा मृत्यू झाला ही अत्यंत दुर्दैवी घटना होती. मात्र या वेळी स्वतः ओपनहायमरनं त्याच्या बॉम्बच्या चाचणीच्या वेळी गीतेचा उल्लेख केला होता. बॉम्बस्फोटानंतर त्याने कृष्णाच्या शब्दांचा संदर्भ दिला होता. त्याने म्हटलं होतं की, 'आणि मी या जगाचा मृत्यू, संहारकर्ता काळ झालो आहे.' अणुबॉम्बची निर्मिती ही चांगली गोष्ट होती की वाईट होती, आपला यांपैकी कशावर विश्वास आहे ही गोष्ट इथे महत्त्वाची नाही. मात्र अणुबॉम्बच्या

निर्मितीमुळे अणुयुगाचा प्रारंभ झाला. त्याच्यातून आजच्या जगात अनेक समस्या आणि अनिश्चितता निर्माण झाल्या आहेत; परंतु यातली महत्त्वाची गोष्ट अशी आहे की, काही वेळा विरोधक उतावळे झालेले असतात, अधीर असतात त्या वेळी न्याय्य आणि उचित गोष्टीच्या संहितेचं पालन करणाऱ्या योद्ध्यांना सज्ज होऊन त्यांच्या विरोधात लढणं भागच असतं. अर्थातच, तत्कालीन अणुबॉम्बहल्ल्याच्या वेळची समस्या अशी होती की, जपानी लोक शरणागती पत्करण्यास नकार देत होते, त्यामुळे युद्ध तसंच सुरू राहिलं होतं आणि त्यात लाखो लोक बळी पडत होते.

माझ्या वैयक्तिक मतानुसार, ओपनहायमरनं अणुबॉम्बच्या त्याच्या निर्मितीचं समर्थन करण्यासाठी गीतेचा लावलेला अन्वयार्थ हा मूलतः पूर्णपणे चुकीचा होता. खरं म्हणजे त्याच्या उत्तरायुष्यात तो अणुयुद्धाच्या विरोधातील भूमिकेचा कट्टर समर्थक झाला होता. ज्या वेळी अणुबॉम्बहूनही अधिक शक्तिशाली हायड्रोजन बॉम्ब तयार करण्यात आला, त्या वेळी त्याला कोणत्याही प्रकारे साहाय्य करण्यास त्याने नकार दिला होता. अण्वस्त्रांच्या संपूर्ण कल्पनेलाच त्याने जोरदार हरकत घेतली होती, कारण त्याच्या हे लक्षात आलं होतं की, कृष्णानं दोन योद्ध्यांमधील समोरासमोरच्या युद्धातील वैयक्तिक साहसाविषयी भाष्य केलं असलं, तरी त्याचा दाखला देऊन मोठ्या प्रमाणात सामुदायिक जनसंहार घडवून आणणं हा भ्याड मार्ग होता. तो खऱ्या योद्ध्याचा मार्गच नाही. कुरुक्षेत्रावर कृष्णानं अर्जुनाला आपलं कर्तव्य करण्यापासून परावृत्त न होण्याचा सल्ला दिला होता, त्या वेळी त्याने अर्जुनाला तिथेच राहून वैयक्तिकरीत्या इतर योद्ध्यांच्या विरोधात शौर्यानं लढण्यास सांगितलं होतं. युद्धाच्या पार्श्वभूमीवर कुठेतरी दूरवर बसून बटण दाबण्याचा आणि लाखो निष्पाप लोकांचा बळी घेण्याचा उपदेश कृष्णानं खचितच केला नव्हता, त्यामुळे ओपनहायमरची गीतेविषयीची समज अतिशय सीमित होती आणि त्याचा त्याला जीवनभर पश्चात्ताप झाला होता; पण याचा अर्थ कृष्णाचा संदेश, उपदेश सीमित होता असा मात्र होत नाही. कृष्णानं आपण वैयक्तिक पातळीवर कसं वागलं पाहिजे याचा उपदेश केला आहे. आपल्या जाणिवेला जागृत करणं ही गोष्ट आपल्यावर अवलंबून असते. आपण स्वतः लावलेल्या गीतेच्या अन्वयार्थातील सत्य समजून घेणंही आपल्यावर अवलंबून असतं; परंतु आपण लावलेल्या अन्वयार्थामुळे मोठ्या प्रमाणात नरसंहार घडून येणं किंवा समाजाची कोणत्याही प्रकारे

हानी होणं उचित नसतं, ते चुकीचंच असतं. खरं म्हणजे सत्य याच्या विरुद्ध बाजूला असतं. खरोखरचा उदात्त योद्धा किंवा नेता नेहमीच समाजाला मदत करतो आणि कृष्ण अर्जुनाला हेच करण्याचा उपदेश करत आहे.

कृष्ण अर्जुनाला असं सांगत आहे की, जर त्याने कौरवांशी युद्ध केलं नाही तर कधीही शांतता प्रस्थापित होणार नाही. कौरवांच्या विजयातून शांतता निर्माण होणार नाही. त्याच्यातून फक्त आणखी संघर्षाची, आणखी विनाशाची, आणखी युद्धाची निर्मितीच होईल, कारण कौरवांचे विचार हे युद्धखोर स्वरूपाचे आहेत. दुसऱ्या महायुद्धाच्या वेळी जपानच्या बाबतीत नेमकं हेच घडलं. जपानी लोक इतके युद्धभिमुख झाले होते की, त्यांची पराभव मान्य करण्याची तयारीच नव्हती, त्यामुळे युद्धाचं दुःख अधिकाधिक काळापर्यंत लांबत राहिलं होतं. अतिशय सूक्ष्म विचार केला, तर कृष्ण अर्जुनाला अत्यंत गंभीरपणे असं सांगतो की, जर युद्ध पूर्णत्वाला नेलं नाही तर शांतता प्रस्थापित होण्याचा प्रश्नच उद्‌भवणार नाही. काही वेळा उच्चतर उद्दिष्ट साध्य करण्यासाठी आपल्याला संघर्ष करावाच लागतो. तुम्ही नेतृत्वाच्या कोणत्याही पदावर असलात तरी सर्व प्रकारच्या नेत्यांसाठी हाच एक प्रकारचा शाश्वत धडा आहे.

काही कृती अवघड असतात. काही निर्णय घेणं अवघड असतं; परंतु तरीही त्या कृती कराव्याच लागतात आणि ते निर्णय घ्यावेच लागतात, त्यामुळे काही वेळा क्षणिक नाखुशी निर्माण होऊ शकते, क्षणिक दुःखही होतं; परंतु जर त्यामुळे अधिक मोठ्या प्रमाणात शांतता निर्माण होणार असेल, अस्वस्थ शत्रूकडून किंवा परिस्थितीकडून होणारा अन्याय रोखला जाणार असेल तर अशा वेळी आपल्याला त्याकरिता लढावंच लागतं. त्या वेळी आपल्याला द्याव्या लागणाऱ्या लढ्यापासून परावृत्त होऊन आपण पळून जाऊ शकत नाही. काही वेळा संघर्षातून एखादी नवीन गोष्ट समोर येते. ती नवीन सुरुवात असते. अगदी तुम्ही ब्रह्मांडाकडे पाहिलं तरी तुम्हाला असं आढळेल की, परस्परविरुद्ध गोष्टींमधील संघर्ष आणि घर्षण यांमधूनच वैश्विक सर्जनशीलता घडून येते म्हणून संघर्षापासून आपण अलिप्त राहिलंच पाहिजे असं नाही. खरं म्हणजे संघर्षाचा उचित उपयोग केला तर त्याच्यातून चांगल्या कारणासाठी आवश्यक असलेली खूप मोठी सर्जनशीलता निर्माण होऊ शकते.

यशस्वी नेते हे म्हणूनच संघर्ष करण्यासाठी नेहमीच तत्पर असतात. ज्या वेळी त्यांना खरोखरच समरसतेनं वागण्याची गरज वाटत नाही, तोपर्यंत

ते समरसतेचा मुखवटा घालत नाहीत किंवा आपण अतिशय समरसतेनं कार्य करत असल्याचं ढोंगही करत नाहीत. ते नेहमीच कठीण निर्णय घेण्यासाठी परिश्रम घेतात; परंतु हे सगळं करताना त्यांच्या अंतःकरणात सद्भावना असते ही यातली महत्त्वाची गोष्ट आहे. काही वेळा कामाच्या ठिकाणी वाद घालणारे नेते नेहमी वाईटच असले पाहिजेत असं नसतं, कारण नेहमी संघर्षातून आणि घर्षणातूनच टीमच्या ताकदीची, ऊर्जेची निर्मिती होते.

प्रकरण १९

समग्रतेमध्ये प्रवाहित व्हा

शिकवण *: व्यापक आणि अंतर्दृष्टी असलेली असामान्य दृष्टी ही महान गूढ आध्यात्मिकतावादी आणि महान नेते या दोघांमध्येही आढळून येणारी सामाईक गोष्ट आहे. आध्यात्मिक क्षमता आणि नेतृत्वाची क्षमता या दोन्ही गोष्टी तिच्यावरच अवलंबून असतात. अर्जुनाला गाढ अंतर्दृष्टी प्राप्त व्हावी आणि तिच्यातील तो (परमात्मा) स्वतः प्रतिनिधित्व करत असलेल्या छुप्या गूढ आध्यात्मिक घटकाच्या प्रवाहाबरोबर त्याने वाहत पुढे जावं यासाठी कृष्ण प्रयत्न करत आहे. ब्रह्मांडातील सर्व चराचर गोष्टींना कायम ठेवणाऱ्या वैश्विक जीवनशक्तीविषयीच्या सखोल कुतूहलातून, उत्सुकतेतून आपली दृष्टी गहन होते. तिच्याविषयी वाटणारं आश्चर्य आणि कुतूहल यांमुळे आपली अंतर्दृष्टी खुली होते. त्याच्यातून समावेशक जागतिक दृष्टिकोनाची निर्मिती होते आणि त्यामुळे प्रत्यक्षात तो वैश्विक 'कर्ता' आपल्या माध्यमातून सारं काही करून घेत असल्याचा बोध आपल्याला होतो. या समावेशक दृष्टिकोनातून व्यक्ती सहजगत्या, फारशी चिंता किंवा शंका न घेता काम करू शकते. दृष्टिकोनाच्या व्यापकतेतून उदात्त गोष्टी करण्यास व्यक्ती सक्षम होते, त्यामुळे आपण माणूस म्हणून आणि नेता म्हणूनही उत्कृष्ट काम करू शकतो.*

महाभारतातून दिसून येतं त्याप्रमाणे कृष्णाच्या जीवनाविषयीची खरोखरची लक्षणीय गोष्ट अशी आहे की, तो या विशिष्ट अवतारात असताना अगदी अत्यल्प लोकांनाच त्याच्या विराट ईश्वरी रूपाचं म्हणजेच विश्वरूपाचं वास्तव माहीत होतं. अगदी त्याचा निकटचा सखा असलेल्या अर्जुनालाही भगवान कृष्णानं गीता सांगेपर्यंत तो प्रतिनिधित्व करत असलेल्या वैश्विक जाणिवेचं संपूर्णत्व किंवा तिची समग्रता पाहता आली नव्हती. यातून आपल्याला मूलतः असं सांगितलं गेलं आहे की, कृष्णाच्या अवताराच्या वेळी अगदी या भूमीवरच्या अत्यंत ज्ञानी लोकांनाही सत्य पाहणं शक्य झालं नव्हतं. समाजाच्या धार्मिक, तात्त्विक, राजकीय इ. विविध प्रकारच्या नियमांनी आणि अटींनी त्यांची मनंही चुरगाळली गेली होती किंवा तीही त्यांच्यामध्ये बद्ध झाली होती, त्यामुळे त्या नियमांच्या आणि अटींच्या भिंगांमधून जितकं आणि जेवढं पाहणं त्यांना शक्य होत होतं, तितकं आणि तेवढंच तेही पाहात होते. यामधून आपल्याला असा धडा मिळतो की, बहुतांश लोक डोळ्याला झापडं लावल्याप्रमाणे अत्यंत संकुचित दृष्टिकोनातूनच सारं काही पाहू शकतात. काही लोक त्याहून थोड्या अधिक व्यापक दृष्टिकोनातून पाहतात; पण त्यांनाही कोणत्याही गोष्टीची समग्रता पाहणं शक्य होत नाही; परंतु कोणत्याही गोष्टीच्या समग्रतेचं इतरांच्या तुलनेत खूप मोठ्या प्रमाणात आकलन होणारी व्यक्तीच खरी नेता असते. हा अनुभवाचा प्रश्न नसतो. जर तो अनुभवाचा प्रश्न असता तर कृष्णाच्या काळातील सर्व ऋषीमुनींनी त्याला ओळखलं असतं; परंतु तसं झालं नव्हतं. ध्यान लावणाऱ्यांनाही 'त्या'चा ध्यानात साक्षात्कार झाला असला तरी त्यांनी कृष्णाला त्याच्या या अवतारात तो परमात्मा आहे, हे ओळखलं नव्हतं.

परंतु आध्यात्मिकतेच्या बाबतीत तुलनेत अननुभवी असलेल्या व्यक्तीला म्हणजे अर्जुनाला कृष्णाचं सत्य ओळखण्यासाठी दिव्यचक्षू मिळाल्यानंतर त्याला त्याची ओळख पटली. कृष्णाच्या कृपेनंच अर्जुनाला कृष्ण कोण होता, हे ओळखता आलं. कृष्णाला त्याच्या विश्वरूपाच्या समग्रतेसह आधी ओळखता न आल्याबद्दल अर्जुनाच्या मनात खरोखरच पश्चात्तापाची भावना निर्माण झाली. तो कृष्णाला फक्त त्याचा सखा आणि सोबती समजत होता, असं सांगून त्याने कृष्णाची क्षमा मागितली. यातली

कुतूहल चाळवणारी एक गोष्ट अशी आहे की, कृष्णानं त्याच्या सख्या-सोबत्यांसह व्यतीत केलेल्या वेळापैकी जास्तीत जास्त वेळ अर्जुनाबरोबर व्यतीत केला होता. शिवाय सुभद्रा या कृष्णाच्या भगिनीशी अर्जुनाचा विवाह झाला होता, त्यामुळे त्याच्याशी त्याचं निकटचं नातंही होतं. याच्यातून आपल्याला असं समजतं की, तो अनंतस्वरूपी परमात्मा आपल्या अगदी निकट असला तरी आपल्याला त्याची गहनता समजत नाही. वैश्विक उत्प्रेरकाची अनंत शक्ती अगदी आपल्या शेजारी असली तरीही आपण तिचं सत्य पाहू शकत नाही; परंतु जे लोक समग्रतेमध्ये प्रवाहित होऊ शकतात त्यांनाच सत्याचं दर्शन घडू शकतं. त्यांना त्यांच्यातील सर्वोच्च क्षमतेची जाणीव होते. ते आतूनच अधिक समृद्ध होतात, कारण त्यांची ऊर्जा कित्येक पटींनी वाढते. ते सर्वसामान्य ऊर्जेच्या पलीकडची ऊर्जा असलेले लोक असतात आणि ते ओळखत असलेल्या अनंत ऊर्जेचा ते वापर करतात. त्यांची आयुष्यं अतिशय उत्स्फूर्तपणे अनंताच्या विविध रंगांनी भरून जातात आणि ते जे काही करतात, त्याच्यातून हे दिसून येतं. ते त्यांच्या अंतर्गत ज्ञानातून दिसून येतं. ते त्यांच्या 'अंतर्गत चक्षूतून' दिसून येतं. ते फक्त स्वतःचा कायापालटच घडवून आणत नाहीत, तर इतरांचा कायापालट घडवून आणण्याची क्षमताही संपादित करतात. एका नेत्यानं नेमकं हेच केलं पाहिजे.

महान नेता जनतेचा कायापालट घडवून आणतो. त्यांच्या जीवनात परिवर्तन घडवून आणतो; परंतु पहिल्यांदा त्याच्या अंतरंगाचा कायापालट घडून येण्याची आवश्यकता असते आणि ज्या वेळी तुम्ही स्वतः समग्रतेतून प्रवाहित होता त्या वेळीच हा कायापालट घडून येतो. तुमच्या अंतर्गत असलेल्या अंतरात्म्याच्या त्या अनंत शक्तीला तुम्ही ओळखता त्या वेळीच हे घडून येतं. ती अनंत शक्ती तुमच्या सोबत नेहमीच चालत असते. तुम्ही फक्त तिला ओळखण्याची गरज असते. या ओळखण्यातून त्या महान शक्तीशी थेट संपर्क घडून येतो आणि तो अंतःकरणातून घडून आलेला संपर्क असतो. ती अस्तित्वाला चालना देणारी समग्र शक्ती असते. त्यानंतर तुमच्या जीवनात तुम्ही अधिक यशस्वी होता, कारण त्या अधिक महान शक्तीला जाणून घेणं हेच मोठं यश असतं. तुमचं मन आणि शरीर यांच्या संयुक्त माध्यमातून तुम्हाला त्या अधिक व्यापक शक्तीच्या कार्याशी संपर्क साधण्यास मदत होते आणि त्यामुळे तुमच्या जीवनात परमानंदाची निर्मिती

होते. आपल्या सर्वांकडेच 'देवाचं कार्य' करण्याची म्हणजेच आपल्या कृतींमधून या पृथ्वीला अधिक चांगलं स्थान करण्याची संधी असते. आपल्या विचारांच्या प्रेरणांमधून आणि कृतींमधून आपल्या आवतीभोवतीचं पर्यावरण अधिक चांगलं करण्याची संधी आपल्या सगळ्यांकडेच असते; परंतु आपल्याला आतूनच समग्र असल्याची, संपूर्णत्वाची जाणीव झाली तरच त्याला खरा आणि शाश्वत अर्थ असतो. जीवनाच्या उच्चतर तत्त्वाची एकवटलेली तीव्र ऊर्जा आपल्यामधून वाहत असल्याची जाणीव आपल्याला झाली तरच त्याला खरा आणि शाश्वत अर्थ असतो.

कधीही एकाकी वाटून घेऊ नका. कधीही तुम्ही संपूर्ण नाही असं वाटून घेऊ नका. संपूर्णत्व ही तुमच्यात नेहमीच असलेल्या समग्रतेला पाहण्याची फक्त एक क्षमता असते. अधिक उच्च शक्तीची ही समग्रता सर्वांच्याच सोबत असते. काही लोकांना ती ओळखता येते आणि त्यांच्या जीवनाच्या कृती ते तिच्या माध्यमातून अभिव्यक्त करतात. काही लोक समाजाच्या, धर्माच्या, राजकारणाच्या, वगैरे गोष्टींच्या अटींमध्ये आणि नियमांमध्ये मोठ्या प्रमाणात जखडले जातात. मग ते कोणत्याही पदावर असले आणि त्यांनी कितीही प्रतिष्ठा मिळवली असली तरी त्यांचं जीवन हे खऱ्या अर्थानं यशस्वी नसतं.

जी व्यक्ती समग्रतेला ओळखून तिचा उपयोग करून घेण्यास सुरुवात करते ती प्रचंड गतिशीलतेनं आयुष्यात मोठी झेप घेते. हे त्यांच्या जीवनातून आणि त्यांच्या प्रत्येक महत्त्वाच्या गोष्टीतून दिसून येतं. अशा व्यक्तीकडे करिष्मा असतो, कारण तिच्या मनातील भीतीचा नाश होतो. ज्या वेळी भीती नष्ट होते, त्या वेळी ती व्यक्ती लोकांना चांगल्या परिस्थितींमध्ये नेण्यासाठी त्यांचं नेतृत्व करण्यास सक्षम होते. अखेरीस, नेता आणि त्याचे अनुयायी हे दोघेही एकाच दिव्य लीलेचा भाग असतात आणि त्या लीलेचे नियम त्या सर्वोच्च शक्तीनं, ब्रह्मांडाच्या शक्तीनं निश्चित केलेले असतात. ब्रह्मांडानं फक्त आपल्याला वेगवेगळ्या स्थानी ठेवलेलं असतं; परंतु आपल्या ऊर्जेच्या समग्रतेसह आपल्याला आपला कार्यात्मक भाग पार पाडावयाचा आहे हे समजून घेणं आपल्यावर अवलंबून असतं. त्याकरिता या समग्रतेच्या माध्यमातून प्रवाहित होऊन आणि तिचं अस्तित्व देदीप्यमानपणे आपल्यासोबत असल्याची जाणीव करून घेऊन आपल्या जीवन संरचनांमध्ये कायापालट घडवून आणणं हाच एकमेव मार्ग आपल्याकडे असतो. आपण फक्त त्या समग्रतेला, त्या संपूर्णाला ओळखण्याची निवड करण्याची गरज असते.

समग्रतेचा वापर करण्याचं आणि तिच्यासह प्रवाहित होण्याचं तत्त्व जाणून घेतलं की, निश्चिंतता प्राप्त होते. आपल्यातील अधिक सखोल भागांना सक्रिय केलं पाहिजे हे समजून घेऊन हे करता येतं. तुमच्यातील अत्यंत सखोल, प्रगाढ भागांना तुम्ही सक्रिय केलं तर तुम्ही त्या ज्ञानाचा वापर करून कृती करू लागता. मग तुम्ही अंतःकरण आणि बुद्धी यांच्यात संतुलन साधून कार्य करू लागता. अनेक लोकांच्या बाबतीत अशी समस्या असते की, ते कुशल असले तरी त्यांच्या अंतःकरणातील कशात तरी अडथळा असतो. त्यांच्या कामात ते त्यांचा संपूर्ण आनंद आणि परमानंद ओतू शकत नाहीत. ते काहीतरी हातचं राखून ठेवतात आणि आपल्या हृदयाच्या केंद्रस्थानी ते अडवून ठेवतात. ते अटींमध्ये आणि नियमांमध्ये बद्ध होऊन जगत असतात ही यातली महत्त्वाची गोष्ट असते, त्यामुळे ते वास्तवाकडे अतिशय संकुचित दृष्टिकोनातून पाहतात. जर ब्रह्मांडीय परमानंद प्राप्त करून घेण्यासाठी हृदयाला खुलं केलं, तर ते उत्कट इच्छेनं आणि परमानंदानं भरून जाईल याचं त्यांना आकलन करून घेता येत नाही.

प्रत्येक क्षणी वैश्विक शक्ती आपल्या सोबत असते. तिच्याशी अधिक जाणीवपूर्वक जोडले जा. प्रत्यक्षात तुम्ही तिच्यापासून वेगळे नाही. तुम्ही पाण्याचा एक थेंब असाल, तर वैश्विक शक्ती महासागर आहे. तुम्ही त्याच्या प्रवाहात मिसळून जा. त्याच्याशी एकात्म झाल्याची जाणीव करून घ्या. तुम्ही जितक्या अधिक प्रमाणात ही जाणीव करून घ्याल, तितकी तुमची मनोरचना निर्भय नेतृत्वाच्या अवस्थेत येईल. त्यानंतर तुम्हाला कोणीही रोखू शकणार नाही. कितीही प्रमाणातील कोणत्याही अटी, नियम तुमची घोडदौड रोखू शकणार नाहीत. त्यासाठी तुमच्या व्यक्तिमत्त्वाला त्या संपूर्णत्वात, त्या समग्रतेत समाविष्ट करून टाका आणि तिला तिच्या समवेत प्रवाहित होऊ द्या. खऱ्या आध्यात्मिकतेची हीच खरी संकल्पना आहे. तुम्ही असं केल्यामुळे जीवनाच्या प्रत्येक क्षेत्रात तुम्ही प्रगतीच्या दिशेनं पुढे जाऊ लागाल. त्यात भौतिक जगातील नेतृत्वाचाही समावेश असेल. हेच पायाभूत तत्त्व आहे.

प्रकरण २०

नैतिकतेच्या पलीकडे स्वातंत्र्य आहे

शिकवण : *कृष्ण हा नैतिकतावादी नाही, तर तो वैश्विकतावादी किंवा ब्रह्मांडवादी आहे. अर्जुन हा त्याचा शिष्य आहे. आपल्या शिष्याच्या दुर्बलतेसह त्याच्या सगळ्या गोष्टींचा तो स्वीकार करतो. यामुळेच कृष्ण आणि गीता या दोहोंनाही उदात्तता प्राप्त होते. त्यांच्याकडे जमिनीवर पाय रोवून ठाम उभी असलेली व्यवहार्यता आहेच आणि त्याच वेळी ते आपल्याला सर्वोच्च आध्यात्मिक सत्याच्या अवकाशात भरारी मारण्यासाठीही घेऊन जातात. गीतेची हीच शक्ती आहे. ती आपल्याला प्रचंड स्वातंत्र्य देते. सहसा धार्मिक ग्रंथ धरत असलेल्या आग्रहाप्रमाणे ती कधीही आपल्याकडे संकुचित नैतिक संहितेचं पालन करण्याचा आग्रह धरत नाही. खरं तर, महान नेतेही लोकांना संकुचितपणे नैतिकतेच्या कोणत्याही मर्यादित अर्थानं जोखू पाहत नाहीत. ते व्यक्तीच्या स्वातंत्र्याला प्रोत्साहन देतात आणि त्याच्यातून उत्तम परिणाम मिळतात. खुलेपणा हे चांगल्या नेतृत्वाचं वैशिष्ट्य आहे आणि चांगले नेते नेहमीच्या विचारसरणीच्या जोखडातून बाहेर पडून, वेगळ्या,अधिक उपयुक्त विचारसरणीला प्रोत्साहन*

देतात, त्याच्यातून हे दिसून येतं. प्रभावी किंवा परिणामकारक नेतृत्व याचा अर्थ एखाद्या गोष्टीवर लक्ष केंद्रित करणारं पण तरीही खुला दृष्टिकोन बाळगणारं नेतृत्व असा आहे. त्यांच्या खुल्या दृष्टिकोनामुळे लोकांना नावीन्यपूर्ण कल्पना लढवण्याचं आणि प्रश्न विचारण्याचं स्वातंत्र्य असतं. अनेक तंत्रज्ञान कंपन्या यशस्वीपणे करत असलेल्या कामातून या नेतृत्वशैलीचं महत्त्व दिसून येतं. हा व्यापक सिद्धान्त उद्योग-व्यवसाय, कला, विज्ञान अशा सर्वच क्षेत्रांमध्ये काम करतो. उदात्त नेतृत्वात गीतेतील उदात्तता प्रतीत होते आणि त्यामुळे तिच्यात विशिष्ट तत्त्वप्रणालीच्या पालनाचा दुराग्रह बाळगला जात नाही.

पूर्वीच्या अनेक टीकाकारांनी गीतेला चारित्र्यनिर्मितीचं नैतिक होकायंत्र म्हटलं आहे; परंतु अधिक सखोल अर्थाचा विचार केला तर व्यक्तीच्या नैतिक चारित्र्यावर गीता फारसं भाष्य करत नाही, तर ती कोणत्याही प्रकारच्या नैतिकतेच्या पलीकडे जाणाऱ्या, नैतिकतेहून उच्च असलेल्या आध्यात्मिक अंतर्दृष्टीवर भाष्य करते. कदाचित, गुरूनं शिष्याला लढाई थांबवून अहिंसेच्या तत्त्वाचं पालन करण्यास सांगणं ही नैतिकता ठरली असती; परंतु कृष्ण याच्या बरोबर विरुद्ध गोष्ट करतो. तो अर्जुनाच्या हातातून गळून पडलेलं धनुष्य त्याला उचलायला सांगतो आणि 'युद्ध कर' असं सांगतो. तो त्याला अहिंसेच्या तत्त्वाचं पालन करण्यास सांगत नाही, तर न्यायाच्या हितासाठी आणि आध्यात्मिक स्वातंत्र्य प्राप्त करून घेण्यासाठी युद्धात उडी घेण्यास सांगतो म्हणून गीता ही आध्यात्मिक स्वातंत्र्याशी संबंधित आहे. याच आध्यात्मिक स्वातंत्र्यासाठी ती अर्जुनाला पूर्णतः उचित आणि पूर्णतः अनुचित या जाणिवेच्या शृंखलांमधून मुक्त करते.

नैतिकतेविषयीच्या साध्या धड्यांतून पूर्णतः उचित आणि पूर्णतः अनुचित या गोष्टींची शिकवण दिली जाते; परंतु ज्या वेळी गीतेसारख्या प्रगाढ आध्यात्मिक गूढ असलेल्या ग्रंथांचा प्रश्न येतो त्या वेळी तुम्हाला काही विरोधाभास असल्यासारखं वाटू शकतं म्हणून आध्यात्मिक ग्रंथ

असूनही, गीता योद्ध्याला रणांगणावर संपूर्ण, समग्र कृती करण्याचा – सर्वशक्तिनिशी युद्ध करण्याचा उपदेश करते, कारण योद्ध्याचं त्या क्षणाचं तेच आवश्यक कर्तव्य असतं. तेच त्याचं तत्कालीन महत्त्वपूर्ण कर्म असतं. त्या क्षणी त्याचं ते कर्म न्यायोचित असतं. अशा प्रकारच्या शिकवणुकीचा अगदी सहजगत्या गैरअर्थ काढणं शक्य आहे. खरं म्हणजे सर्व प्रकारच्या राजकीय किंवा हिंसक गोष्टींच्या समर्थनासाठी गीतेचा गैरअर्थ काढण्यात आला आहे; परंतु मुळात तथाकथित धर्माच्या भ्रामक नैतिकतेच्या पलीकडे पाहण्यास आणि मनाच्या व आत्म्याच्या पूर्ण स्वातंत्र्याची अवस्था प्राप्त करून घेण्यास सक्षम करणं हा या ग्रंथाचा खरा हेतू आहे. त्यामुळे अगदी युद्ध करत असतानाही व्यक्ती गाढ समरसतेच्या, करुणेच्या आणि सखोल शांततेच्या अवस्थेत अत्यंत धैर्यानं रणांगणावर उतरते.

अर्जुन कृष्णाला असं सांगतो की, त्याच्या कृतीतून मोठा रक्तपात घडून येईल; परंतु कृष्ण अर्जुनाला असं सांगतो की, जरी तुझ्या कृतीतून मोठा रक्तपात घडून आला तरीही मुळातच तू करत असलेली कृती आवश्यक आहे का, हा यातला मूलभूत प्रश्न आहे. तुझ्या कृतींमधून खरा न्याय मिळणार आहे का, स्वातंत्र्याची गरज असलेल्या लोकांवर खऱ्याखुऱ्या स्वातंत्र्याचा वर्षाव होणार आहे का, हा खरा प्रश्न आहे म्हणून अशा प्रकारे, गीता ही एक प्रकारचं अधिक गाढ, अधिक सखोल 'ध्यान' शिकवते. ती रणांगणावर युद्ध सुरू असताना ध्यानमग्न अवस्थेत राहण्याचं शिक्षण देते. ध्यान ही आंतरिक स्वातंत्र्याची भावना, अंतर्गत मुक्तीची अनुभूती आहे. सर्वसामान्यपणे, उचित आणि अनुचित समजल्या जाणाऱ्या संकल्पनांच्या पलीकडे जाणं म्हणजे ध्यान होय. तुमच्या माध्यमातून जीवनाच्या सखोल स्पंदनांना कार्य करू देण्याची मुभा देणं म्हणजे ध्यान होय. ध्यानाच्या माध्यमातून या गहन स्पंदनांना सक्रिय केलं जातं. ही कृतज्ञतेची, समरसतेची, करुणेची, प्रेमाची वगैरे स्पंदनं असतात म्हणून फक्त कृती नव्हे, तर अर्जुन करत असलेल्या कृतीची 'गुणात्मकता' हा यातील महत्त्वाचा भाग आहे. काही वेळा कृती ही अधिक खोलवर असलेल्या एखाद्या गोष्टीची फक्त अभिव्यक्ती असते. जर सखोल पातळीवर सत्याला न्याय मिळत असेल तर, आपण त्या कृतीच्या किंवा कर्माच्या व्यापक परिणामांकडे पाहण्याची गरज असते. कठोरपणाला त्याचं स्वतःचं स्थान असतं. शिस्तीला तिचं स्वतःचं स्थान असतं. जीवन साजरं करण्याला त्याचं स्वतःचं स्थान असतं. या

सगळ्या गोष्टी वेळ आणि स्थान यांच्याशी सापेक्ष असलेल्या, त्यांच्याशी संबंध असलेल्या गोष्टी असतात.

म्हणून पारलौकिक, अलौकिक ग्रंथ या दृष्टिकोनातून गीतेकडे पाहिलं पाहिजे. ग्रंथ म्हणून ती योद्ध्याला 'नैतिकतेच्या' कैदेतून बाहेर काढून त्याऐवजी आध्यात्मिक स्वातंत्र्याच्या अवकाशाच्या दिशेनं नेते. योद्धा हो आणि तरीही आनंदात राहा! असा उपदेश ती करते. कृष्ण अर्जुनाला जे सांगतो त्याचं हे सार आहे. योद्धा हो आणि जे करण्याची गरज आहे, ते करण्यात दिरंगाई करू नकोस. परमात्म्यानं, दैवी शक्तीनं तुला जी प्रेरणा दिली आहे त्या ऊर्जेमुळे आनंदित हो. भौतिक वर्तुळातसुद्धा त्या ऊर्जेचा कमाल मर्यादेपर्यंत उपयोग कर. भौतिक जग हे सागरावरच्या लाटेसारखं आहे. ते स्वतः म्हणजे काहीच नाही. ते जीवन ही फक्त सागराच्या खोलीची अभिव्यक्ती आहे. प्रत्यक्षात तो अधिक गहन आयामाचा फक्त एक बाह्य चेहरा आहे आणि गीता सर्वाधिक खोलवर, अगदी सगळ्यात आतल्या भागात, अंतर्यामी वसत असलेल्या अस्तित्वाचा विचार करते, त्यावर चिंतन करते. ती ध्यानात्मक जाणिवेच्या सर्वांत आतल्या भागातील अस्तित्वाचा विचार करते. ते अर्जुनाचं आंतरिक अस्तित्व आहे, प्रत्यक्ष जीवनाचं सर्वांत आतील भागात असलेलं ते सत्य आहे आणि त्या ध्यानस्थ चैतन्याचं ते सर्वांत आतील अस्तित्व आहे. संपूर्ण विश्वाचा, संपूर्ण ब्रह्मांडाचा तोच पायाभूत भाग आहे.

आपण खरोखरचे कोण आहोत याविषयी आपली स्वतःची मनं अनभिज्ञ आहेत हे आपण समजून घेतलं पाहिजे आणि हे सत्य आत्मसात केलं पाहिजे. आपण जाणिवेच्या ब्रह्मांडीय महासागराचाच एक अविभाज्य भाग आहोत ही गोष्ट आपण विसरून जातो. प्रत्यक्षात आपण तीच जाणीव आहोत, हे आपण विसरून जातो. अस्तित्वाची अत्यंत गहन खोली म्हणजे आपण आहोत ही आपली ओळख आपल्याला पटवून देण्याचा प्रयत्न गीतेत करण्यात आला आहे. अशा प्रकारे प्रत्येक गोष्ट समाविष्ट असलेल्या आणि प्रत्येक गोष्टीचा मूलभूत भाग असलेल्या त्या सत्याचा आपण अविभाज्य भाग आहोत हे पाहण्यास गीता आपल्याला भाग पाडते. हे वास्तव पाहिल्यानंतर तुमची अंगभूत ऊर्जा, तुमची अंगभूत क्षमता व तुमची अंगभूत शक्ती मोठ्या प्रमाणात जागृत होते. तुमचा अंतरात्मा जागृत होतो आणि जीवनाच्या सर्व यशस्वी प्रवासांची हीच सुरुवात असते.

प्रकरण २१

तुमच्या अंतःकरणातील पोकळी भरून काढा

शिकवण : *जीवनातील सर्वाधिक समाधान मिळवून देणाऱ्या गोष्टी या अमूर्त आहेत. कृतज्ञता, समरसता, करुणा, समर्पण, आश्चर्य, शांतता आणि ध्यानावस्था या सगळ्या गोष्टी अमूर्त आहेत. तुमच्या जीवनातील आणि नेतृत्वातील भूमिकांमध्ये या गुणधर्मांना समाविष्ट केल्यानंतर तुम्ही उत्स्फूर्त आणि नैसर्गिक यशाच्या दिशेनं जाऊ लागाल.*

अर्जुनाला त्याच्या अंतःकरणात, त्याच्या हृदयात एक प्रकारची पोकळी, रिक्ततेची मूलभूत भावना निर्माण झाल्याचा अनुभव येतो आणि मग कृष्ण अर्जुनाला सांगतो की, तो स्वतः अर्जुनाला देत असलेल्या *दिव्य संदेशाच्या* साहाय्यानं त्याने ती पोकळी भरून काढावी म्हणून अखेरीस, आध्यात्मिकता म्हणजे जीवनातील रिक्तता, पोकळी भरून काढण्याचं साधन आहे. जीवनाला उत्साहानं भरून टाकण्याचा आणि अर्थ देण्याचा तो एक मार्ग आहे. तुमच्या अस्तित्वाला बहरून टाकण्याचा तो एक मार्ग आहे. त्याबरोबरच ध्यानात्मक आयामाचं वास्तव समजून घेण्यासाठी तुमच्या ग्रहणक्षमतेची दारं उघडण्याचाही तो एक मार्ग आहे.

जीवनाविषयीची एक महत्त्वाची गोष्ट अशी आहे की, तुम्ही सर्व प्रकारचे परिश्रम करू शकता, सर्व प्रकारचे प्रयत्न करू शकता; परंतु जर तुमच्या अंतरंगातील मूलभूत पोकळी किंवा रिक्तता ही दिव्यत्वाच्या प्रकाशानं उजळून गेली नाही तर संपूर्ण जीवन संघर्षमय असल्यासारखं वाटू लागतं. त्या क्षणात तृप्ततेची जाणीव नसते. तिथे फक्त अधिकाधिक गोष्टी मिळवण्याची हाव आणि आसक्ती निर्माण होते.

म्हणून गीतेतील हा महत्त्वाचा संदेश आपल्याला ईश्वरी तत्त्वाच्या नेमक्या दिव्य मूळ स्वरूपाची झलक दाखवतो. जीवनाच्या ऐहिक किंवा भौतिक घटकाविषयी आसक्ती बाळगणं उचित नाही, हे अर्जुनाला समजावण्याची योग्य वेळ आल्याचा निर्णय कृष्णाच्या माध्यमातून घेण्यात आला आहे. अर्जुन अत्यंत चिंताग्रस्त अवस्थेत आहे आणि त्याची चिंता ही त्याच्यात अत्यंत भयावह मनोविकृती निर्माण करत आहे. तिच्यामुळे त्याच्या शरीरातील त्राण नाहीसं झालं आहे. त्याच्या मनात भय निर्माण झालं आहे. अशा प्रकारे अर्जुन हे भयावह परिस्थितीतून जाणाऱ्या आपल्या सर्वांचंच प्रतीक आहे. आपल्याला सर्वांनाच काही गोष्टींची चिंता वाटते. आपल्याला सर्वांनाच भविष्यातील गोष्टींशी आपण जुळवून घेऊ शकू का, याची चिंता वाटते. अशा प्रकारे आपल्या अंतर्यामी अत्यंत संभ्रम निर्माण होतो. आपल्या स्वतःच्याच चिंतांविषयी आपल्याला आसक्ती वाटू लागते. त्यानंतर आपल्या आध्यात्मिक आयामाचा आपल्याला फारसा विकास करून घेता येत नाही. आपल्या अंतर्यामी पोकळी निर्माण होते आणि आपल्यामध्ये आध्यात्मिक आयामाचा अभाव निर्माण होतो; परंतु कृष्ण अर्जुनाला आत्मकेंद्रित होऊ नकोस, स्वार्थीपणानं वागू नकोस असं सांगत आहे. एखाद्या भौतिक उद्दिष्टासाठी कृती करणारा जीव म्हणून स्वतःकडे पाहू नकोस असं तो त्याला सांगतो. खरं तर तो अर्जुनाला असं सांगतो की, त्याचं भौतिक उद्दिष्ट तितकंसं समर्पक नाही. युद्ध करताना कदाचित त्याला मृत्यूही पत्करावा लागेल असंही तो त्याला सांगतो; परंतु अर्जुनाला अस्तित्वाच्या सत्याचा साक्षात्कार होतो ही गोष्ट या सगळ्यात खरोखरच महत्त्वाची आहे. अस्तित्वाच्या सत्याची जाणीव करून घेणं ही एक आवश्यक पायरी आहे.

गीतेत आपल्या जीवनातील रिक्तता, पोकळी कशी भरून काढावी याविषयीचा महत्त्वाचा संदेश आहे. ज्या वेळी तुम्हाला फारशी अपेक्षा नसते त्या वेळीच खरा आनंद प्राप्त होतो याकडे ती निर्देश करते. भौतिक

पुरस्कारांमधून आनंद मिळत नाही; परंतु ज्या क्षणांमध्ये तुम्हाला आपल्या अस्तित्वामुळे आपण जिवंत असल्याची जाणीव होते आणि समाधानाची प्राप्ती होते, त्या क्षणांमुळे तुम्हाला आनंद मिळतो. त्यामुळे आपण जगात सलोख्यानं, शांततेनं नांदत असल्याच्या भावनेतून खरोखरचं समाधान लाभतं आणि योद्ध्याच्या मार्गाशी ही गोष्ट विसंगत आहे. योद्ध्याचा मार्ग हा हिंसक आणि आक्रमक असल्यासारखं वाटतं; परंतु गीता प्रत्यक्षात हिंसा आणि आक्रमण यांच्या दरम्यान मनात शांततेची प्रगाढ भावना बाळगण्याविषयी सांगते. म्हणूनच कृष्णानं अर्जुनाला केलेला उपदेश शाश्वत आहे. ही शांतता भौतिक बाजारात विकत मिळत नाही. ही शांतता मनाच्या साहाय्यानं संपादित करता येत नाही. तुमच्या स्वतःच्या हृदयात अस्तित्वाच्या हृदयाची स्पंदनं ऐकत असल्याची भावना बाळगण्यातून आणि तिच्याशी एकरूप होण्यातून ही शांतता निर्माण होते. म्हणजेच आपल्या अंतःकरणात अस्तित्वाची जाणीव करून घेण्यातून आणि तिच्याशी एकरूप होण्यातून ही शांतता प्राप्त होते. भगवत्‌गीतेचा हाच अनाकलनीय, गूढ आणि महत्त्वाचा संदेश आहे.

म्हणून आयुष्यातील खरोखरच्या अर्थपूर्ण असलेल्या सगळ्या गोष्टींना तोंड दिलं पाहिजे आणि त्यांना आत्मसात केलं पाहिजे असं हा संदेश सांगतो. गीता बौद्धिक कृती किंवा मानसिक कृतींविषयी सांगत नाही, तर आयुष्यात आपल्याला ज्या ज्या गोष्टींचा सामना करावा लागतो, जिथे जिथे जावं लागतं, तिथे तिथे आपण साहसपूर्वक, शौर्यपूर्वक गेलंच पाहिजे असं ती सांगते. आपण तिथे समग्रतेच्या, संपूर्णत्वाच्या जाणिवेतूनच गेलं पाहिजे. त्यानंतर कोणतीही गोष्ट आपल्यावर मात करू शकत नाही. त्यानंतर मृत्यूच्या प्रक्रियेची भीती वाटेनाशी होते. ही अत्यंत सुरेख, अद्‌भुत जाणीव आहे, कारण ती आपल्या अंतरंगातील पोकळीला, रिक्ततेला भरून काढते. तिथे ती पूर्ण समाधान भरून टाकते. त्यामुळेच अगदी मृत्यू आला तरी योद्धा सगळ्या प्रतिकूलतांना तोंड देण्यास सिद्ध झालेला असतो.

हा शत्रूपेक्षा आपण वरचढ असल्याची, श्रेष्ठत्वाची भावना बाळगण्याचा प्रश्न नाही. कृष्ण अर्जुनाला हेच सांगतो. ही कोणाच्याही मनात श्रेष्ठत्वाचा गंड किंवा आक्रमकतेचा गंड निर्माण करण्याची गोष्ट नाही. हा हृदयात जाणिवेची, अंतर्दृष्टीची महान क्रांती निर्माण करण्याचा प्रश्न आहे. हा आयुष्याविषयी आणि प्रत्यक्ष अस्तित्वाविषयी आदर, पूज्य

भाव बाळगण्याचा प्रश्न आहे; परंतु या पूज्य भावाच्या एका भागातून अगदी युद्धाच्या किंवा इतरांशी होत असलेल्या संघर्षांच्या दरम्यानही मनात दिव्यत्वाची जाणीव तशीच बाळगणं सूचित होतं. हिंसा टाळणं, संघर्षापासून दूर राहणं हा धार्मिक नैतिकतेचा पारंपरिक मार्ग आहे; परंतु कधी कधी तो भ्याडतेचं समर्थन करण्याचा मार्गही होतो.

योद्ध्याचा मार्ग हा असामान्य मार्ग असतो, कारण त्याच्यातून तुम्ही स्वतःवरच अवलंबून असल्याचं व्यक्त होतं. तसंच आपली आतली गरज पूर्ण करणं याचा खरा अर्थ आपल्या अंतरात्म्याची गरज पूर्ण करणं असा आहे, यावरही इथे भर देण्यात आला आहे. कोणत्याही भौतिक गोष्टींनी आत्मा खऱ्या अर्थानं तृप्त होत नाही, कारण आध्यात्मिक आयामाच्या विकासाचा प्रश्न येतो, त्या वेळी भौतिक गोष्टी फारशा समर्पक आणि स्पष्ट ठरत नाहीत. त्याऐवजी अस्तित्वाच्या बिगर यांत्रिकी आणि बिगर भौतिक पैलूंविषयी तळमळीनं जाणून घेण्यासाठी त्यांच्याकडे लक्ष पुरवणं हे खरोखरचं गूढ आध्यात्मिक ज्ञान आहे. जे होतं ते चांगल्यासाठीच होतं हे समजून घेणं, तुम्हाला वर्तमानकालीन क्षणांमध्येच जगायचं आहे हे समजून घेणं आणि इतरांकडे सकारात्मक पद्धतीनं त्या अनुभूती पोहोचवणं हे गूढ आध्यात्मिक ज्ञान आहे. तुमच्या मनात करुणा असलीच पाहिजे, तुमच्या मनात संतुलन असलंच पाहिजे हे समजून घेणं हे आध्यात्मिक ज्ञान आहे, कारण ज्या वेळी तुम्हाला हे अनुभव येतात, ज्या वेळी त्यांच्या अनुभूती येतात त्या वेळी तुमच्यावर परमात्म्याच्या दैवी कृपेचा वर्षाव होतो. ज्या वेळी आपल्यावर असा अनुग्रह होतो त्या वेळी आपल्याला जीवनाच्या गुणवत्तेची जाणीव होते. आपल्याला आपल्या आत्म्याशी एकात्म झाल्याची जाणीव होते. आपल्या आत्म्यांशी एकात्म झाल्याची जाणीव झाल्यानंतर आपल्या जीवनात खरोखरची क्रांती घडून येते, कारण नंतर तुम्हाला स्वतःमध्ये अस्वस्थता जाणवत नाही. तुम्ही स्वतःचा स्वीकार करता आणि तुमच्या अस्तित्वातील प्रचंड शक्तीचा अनुभव घेता. या शक्तीतून तुम्ही ज्या कशाला स्पर्श करता, तिथे तुम्हाला प्रचंड यश मिळतं.

खरं म्हणजे, गूढ आध्यात्मिक क्षेत्रात आणि ध्यानविषयक क्षेत्रात प्रावीण्य प्राप्त करणं हाच जीवनाचा उद्देश आहे. जर तो दृढ असेल तर त्या पाठोपाठ भौतिक, मानसिक इ. सर्व क्षेत्रांतील सगळ्या चांगल्या गोष्टी येतात. मानसिक समस्या ही मानवी समाजातील मुख्य समस्या आहे. लोकांच्या

मनात सर्व प्रकारच्या नकारात्मक धारणा, विश्वास असतात. सामाजिक वातावरणावर, परिसंस्थांवर आणि इतर गोष्टींवर त्यांचा एकत्रीतपणे अत्यंत नकारात्मक परिणाम होतो. आपल्या अस्तित्वाच्या मानसिकतेतून या सगळ्याची सुरुवात होते. भगवत्‌गीता ज्या मानसिकतेचं वर्णन करते ती खरोखरचं समाधान, तृप्तता यांचा शोध घेणारी मानसिकता आहे. आपल्या अस्तित्वाच्या ज्या पैलूमुळे आपल्या हृदयांमध्ये निश्चलतेची, स्थितप्रज्ञतेची आणि समाधानाची भावना निर्माण होते आणि आपल्याला आपल्या समग्रतेची, संपूर्णत्वाची अनुभूती येते त्या पैलूचा ती विचार करते. ती कृपा असते, तो अनुग्रह असतो आणि आपल्या अंतर्यामी हीच स्थिती निर्माण करण्याची योद्‌ध्याची इच्छा असते.

प्रकरण २२

हा साहसाचाच विचार आहे

शिकवण : *तुमच्या अंतर्यामी साहसाचा छुपा खजिना आहे. त्याचा उपयोग करा. निराश झालेला अर्जुन आणि साहसी अर्जुन यांच्यात फक्त एकच फरक होता. साहसी अर्जुनाकडे त्याच्या पूर्वीच्या चिंतेच्या आणि साशंकतेच्या विचारांना दूर सारून पुढे जाण्याची क्षमता होती. आपण दुर्बल आहोत असा विचार कधीही करू नका. तुमच्या अंतर्यामी साहसाचं भांडार आहे, साहसानं भरलेलं एक विश्व आहे. गीता उपदेश करत असलेला हा खरा धर्म आहे. हा सिद्धान्त नेहमीच लक्षात ठेवा. कठीण काळात आणि अवघड परिस्थितींमध्ये आपल्याला उपयोगी पडणारी हीच सर्वाधिक प्रभावी शिकवण आहे.*

गीता साहसाचेच धडे देते, त्याविषयीच भाष्य करते. ती असं सांगते की, साहसीपणानं जगणं हाच जगण्याचा एकमेव मार्ग आहे आणि साहसी होण्यासाठी खरोखरच एका गोष्टीची गरज असते. ती म्हणजे तुम्हाला गतिशील होण्यापासून रोखणाऱ्या सर्व घटकांच्या ओझ्यातून मानसिकदृष्ट्या आपली सुटका करून घेणं.

दुसऱ्या शब्दांत, तुमच्या कपड्यांवरची धूळ झटकल्याप्रमाणे तुमच्या मनातील अशी ओझी बाजूला टाकून द्या. गतिशीलतेनं पुढे जा. कृष्णानं

अर्जुनाला दिलेला हाच दिव्य संदेश आहे. जीवनाकडे पाहण्याचा नवीन दृष्टिकोन स्वीकारा. आयुष्याचा धैर्यानं, साहसानं सामना करा. जीवनात सुरक्षिततेचा शोध घेऊ नका. खरं म्हणजे प्रत्यक्ष जीवनाचीच कसलीच हमी देता येत नाही. आपण अत्यंत अनिश्चित, असुरक्षित अस्तित्वात जगतो. गतिशीलतेनं, सक्रियपणे जगणं याचा अर्थ पुढे प्रवाहित होत राहण्याची, पुढे जात राहण्याची क्षमता असा आहे आणि त्याच क्षणात मानवी चैतन्याचा आनंद प्राप्त होतो.

साचलेपणातून, एकाच जागी स्थिर राहून जीवनात परमानंद आणि परम शांतता यांचा लाभ होत नाही. जीवन आपल्या समोर आणत असलेल्या कोणत्याही परिस्थितीत अत्यानंदानं सहभागी झाल्यामुळे, आपल्या समोर आलेल्या आव्हानाला आनंदानं तोंड दिल्यामुळे असा आनंद आणि शांतता यांचा लाभ होतो म्हणून दिव्यत्वापर्यंत, परमात्म्यापर्यंत, सर्वोच्च शक्तीपर्यंत, सर्वोच्च अस्तित्वापर्यंत पोहोचण्याचा मार्ग हा नेहमीच आत्म्याच्या गतिशीलतेच्या प्रवेशद्वारातून गेल्यावरच सापडतो. तुम्ही पूर्णपणे उत्स्फूर्तपणे काम करत असलेल्या पद्धतीतून तुम्हाला तो सापडतो. ज्या वेळी माणूस म्हणून तुमच्या समोर जे जे येतं त्याचा स्वीकार करण्यासाठी तुम्ही पूर्णपणे खुले असता, त्या वेळी तुम्हाला तो सापडतो. तुमच्याकडे सर्व गोष्टींविषयी निश्चिंततेचा दृष्टिकोन असावा लागतो. तुम्ही भयग्रस्ततेत अडकून पडून चालत नाही आणि भयग्रस्ततेत अडकून न पडणं, थिजून न जाणं म्हणजेच आयुष्यात खरोखरच्या साहसीपणानं किंवा शौर्यानं वागणं होय.

आयुष्यातील प्रत्येक परिस्थितीला हे सिद्धान्त लागू पडतात. तुमच्या जीवनातील नातेसंबंधालाही हीच गोष्ट लागू पडते. एखादी व्यक्ती आपल्याला सोडून जाईल की काय अशी भीती आपल्याला नेहमीच वाटत असते. तुमच्या नोकरी-व्यवसायालाही हीच गोष्ट लागू होते. उद्या कंपनी आपल्याला नोकरीवर राहू देईल की नाही याची चिंता, याची भीती आपल्याला सतावत असते. तुमच्या आरोग्याविषयीही तुमच्या मनात अशीच भीती असते. आपल्या वृद्धापकाळात आपली तब्येत आपल्याला साथ देईल का, आपण आरोग्यपूर्ण स्थितीत राहू का, याची आपल्याला भीती वाटते. या सगळ्या भीती माणसाच्या आध्यात्मिक आणि भौतिक क्षेत्रातील प्रगतीला खीळ घालतात. तुमच्या लक्षातही येण्याच्या आधीच या भीतींमुळे तुमचं आयुष्य नष्ट झालेलं असतं. भयग्रस्ततेत जगणं हाच त्या दिव्यत्वाचा, परमात्म्याचा आपण करत असलेला विश्वासघात असतो.

निर्भयतेतच दिव्यत्वाचा, परमेश्वराचा वास असतो. कृष्ण अर्जुनाला याचीच पुनःपुन्हा आठवण करून देत राहतो, कारण फक्त याच निर्भयतेतून आणि साहसातून आत्म्याला समाधान लाभतं. कृष्ण अर्जुनाला असंही दाखवून देतो की, घाबरण्याजोगं काहीही नाही, कारण अर्जुन एकटा नाही. दिव्य शक्ती, परमेश्वराची शक्ती परिपूर्णतेनं सुंदर आहे आणि ती नेहमीच अर्जुनाबरोबर आहे. त्याने फक्त त्या क्षणी उत्स्फूर्तपणे त्या शक्तीची जाणीव करून घेतली पाहिजे.

आपण एकटे नाही ही समज प्राप्त झाली की, या अंतर्दृष्टीच्या, आकलनाच्या भूमिकेतून व्यक्ती सगळ्या संभ्रमांना, सगळ्या चिंतांना आणि काळज्यांना झटकून टाकते म्हणून ती अतिशय तणावग्रस्त होत नाही. आपल्या स्वतःच्या जुन्या भीतींच्या चाकोरीतून पुढे जात राहत नाही. उलटपक्षी सगळ्या चाकोऱ्यांमधून ती अत्यंत गतिशील ऊर्जेनं बाहेर पडू शकते. ती प्रत्यक्षात खरीखुरी जी कोणी असते, त्या तिच्या अस्तित्वात तिच्या खरोखरच्या क्षमतेनं ती बहरते आणि स्वतःला तृप्तता, समाधान मिळवून देते.

बाह्य उद्दिष्टांनी आणि बाह्य दबावांनी सातत्यानं भयभीत असलेली एक स्थिती म्हणून मानवी अस्तित्वाकडे पाहिलं जातं; परंतु आपण एखाद्या लहान मुलासारखं होण्यातच सर्व प्रकारची बुद्धिमत्ता, सर्व प्रकारचं ज्ञान सामावलेलं आहे याची जाणीव झाली की मग खरोखरच्या उत्स्फूर्ततेची, स्वयंस्फूर्ततेची सुरुवात होते. अशा वेळी व्यक्तीकडे आध्यात्मिकदृष्ट्या साहसी स्वभाव असतो. अर्भकाकडे नवीन गोष्टींचा शोध घेण्याचं मोठंच धाडस असतं. त्याच्याकडे मोठीच जिज्ञासा आणि नवीन गोष्टीविषयी वाटणारी उत्सुकता व आश्चर्य असतं. ते भूतकाळाशी झटकन संबंध तोडून टाकून आयुष्याकडे नवीन दृष्टिकोनातून पाहू लागतं. कृष्ण अर्जुनाला हेच शिकवत आहे. भयग्रस्ततेतून बाहेर पडून तुझ्यासमोरच्या परिस्थितींकडे नवीन दृष्टिकोनातून पाहा, असं तो त्याला सांगत आहे.

आधुनिक काळाच्या संदर्भातही ही गोष्ट अत्यंत महत्त्वाची आहे, कारण आपण अत्यंत अनिश्चित स्वरूपाच्या जगात राहत आहोत. तिथे प्रत्येक गोष्ट नवीन घटना-घडामोडींनी विस्कळित होऊ शकते. कामाच्या जगात, व्यवसायाच्या जगात, विस्कळितपणा, अव्यवस्था ही नित्याची गोष्ट होऊन बसली आहे. परिसंस्थात्मक आणि पर्यावरणीय संदर्भात आपल्याला

महापूर, भूकंप इत्यादींसारख्या इतर नैसर्गिक आपत्तींना तोंड द्यावं लागत आहे. प्रत्येक गोष्टीत उलथापालथ होत आहे, प्रत्येक गोष्टच अनिश्चित आहे; परंतु या अनिश्चिततेच्या दरम्यान स्थिरचित्ततेची, शांततेची आणि धीराची शक्ती आपल्याला आपल्या स्वतःच्या क्षमतांच्या शक्यतांचा शोध घेण्यास मदत करते. सावधानतेनं, दक्षतेनं ध्यानमग्न राहण्याची ही शक्तीच गूढ आध्यात्मिक दृष्टिकोनाचा पाया आणि आधार आहे. ही शक्तीच आपल्याला अस्तित्वाविषयीच्या समृद्ध अंतर्दृष्टीपर्यंत नेते. तीच आपल्या अस्तित्वाला आणि आकलनाला, आपल्या अंतर्दृष्टीला आतूनच समृद्ध करते. आकलनाच्या आणि अंतर्दृष्टीच्या या अंतर्गत समृद्धीच्या माध्यमातून ठाम धाडस प्राप्त होतं. अखेरीस हे धाडस हाच आपण जीवनात करत असलेल्या सगळ्या चांगल्या गोष्टींचा पाया असतो.

प्रकरण २३

आध्यात्मिकतेच्या माध्यमातून मानसिक आरोग्याची प्राप्ती

***शिकवण** : गीता हा फक्त आध्यात्मिक ग्रंथ नाही, तर ते सर्वोच्च मानसिक कल्याणाचं आणि मानसिक आरोग्य अबाधित राखण्याच्या महत्त्वावर भाष्य करणारं पाठ्यपुस्तकही आहे. मानसिक आरोग्य ही खरोखरच खऱ्या यशाची आणि महान नेतृत्वाची गुरूकिल्ली आहे. इतिहासातील अनेक विध्वंसक प्रकृतीच्या नेत्यांमध्ये विविध मनोविकृती होत्या. अहंकारग्रस्तता (मेगॅलोमॅनिया), न्यूनगंड किंवा श्रेष्ठत्वाचा गंड इ. मनोविकृतींनी ते ग्रस्त होते. आपल्या मनात अशा कोणत्याही गंडांना थारा न देण्याची आठवण कृष्ण अर्जुनाला करून देत आहे. अर्जुनाला ग्लानीची, दुर्बलतेची जाणीव होत आहे आणि त्याबरोबरच त्याच्या मनात न्यूनगंड निर्माण झाला आहे. कृष्ण त्याला या मानसिक दुर्बलतेच्या गर्तेतून बाहेर काढत आहे. योद्धे आणि नेते या दोघांसाठीही मानसिक आरोग्य ही सर्वाधिक महत्त्वाची गोष्ट असते. गीता अतिशय सहजपणे अत्यंत प्रगाढ मानसिक अंतर्दृष्टी आणि सर्वोच्च आध्यात्मिक सत्यं यांच्यातील दरी सांधते म्हणूनच ती कालातीत आहे, कारण आधुनिक जगातील मानसशास्त्राच्या*

आणि मानसोपचारांच्या हजारो वर्षं आधी गीतेनं या गोष्टींचा विचार केला आहे.

भगवत्गीता व्यक्तीला *मानसिक आरोग्याकडे (स्वास्थ्याकडे)* परत आणते. जीवनात सकारात्मकतेनं जगण्याच्या सौंदर्याकडे आणि आनंदाकडे उत्पादकतेनं पाहण्याच्या मानवी अस्तित्वाच्या क्षमतेविषयी संपूर्ण भगवत्गीतेत भाष्य करण्यात आलं आहे. गीतेत मनुष्यजातीला तोंड द्यावं लागत असलेल्या मानसिक समस्या दूर करण्याची मोठीच शक्ती आहे.

गीतेचं सार अतिशय साधं आहे; परंतु तिची शिकवण अत्यंत गहन आहे. मानसिक अस्वस्थतेच्या, अशांततेच्या किंवा मानसिक क्षोभाच्या आणि अविवेकीपणाच्या स्थितीत लढणं शक्य असलं, तरीही मानसिक विवेक आणि स्थैर्य अबाधित राखून सर्व प्रतिकूल परिस्थितींच्या विरोधात जिंकणारा योद्धाच खरा योद्धा असतो म्हणून खरं तर गीता जीवनाच्या रणभूमीवर आपल्याला तोंड द्यावं लागत असलेल्या कोणत्याही आव्हानांवर समर्पणाच्या, विश्वासाच्या, सकारात्मक विचारांच्या साहाय्यानं मात करून जिंकण्यास शिकवते.

योद्धा राजकुमार असलेल्या अर्जुनानं कोणत्याही परिस्थितीत क्षोभ निर्माण झालेल्या, त्रस्त, अस्वस्थ, विस्कळित मनःस्थितीतून युद्ध करू नये, तर त्याने आपल्या अंतर्यामातून अधिक ज्ञानी पद्धतीनं आपला विकास करून घेण्याकडे लक्ष द्यावं असा संदेश कृष्ण देतो. त्याच्या मनात आत्मसन्मानाची जाणीव निर्माण करण्याबरोबरच त्याला जगातही आदराचं स्थान प्राप्त करून देईल, इतकं त्याने आपल्या विवेकाला मजबूत करावं असं तो अर्जुनाला सांगतो. शिवाय यशस्वी आणि प्रतिष्ठित योद्धा म्हणून त्याच्या स्थानाचा प्रश्न येईल, त्या वेळीही तो सर्वोच्च स्थानी असला पाहिजे इतका त्याचा विवेक जागृत आणि दृढ असला पाहिजे, असंही कृष्ण सांगतो. म्हणून ही अंतर्गत आणि बाह्य अशा दोन्ही पातळ्यांवर यशस्वीपणे जगण्यासाठी देण्यात आलेली शिकवण आहे. अंतर्गतदृष्ट्या ती आपल्याला मानसशास्त्र आणि आध्यात्मिकता यांच्याविषयीची शिकवण देते आणि ज्या गोष्टी करणं महत्त्वाचं आणि गरजेचं असतं त्यांच्यामध्ये दिरंगाई न करता, बाह्य जगात कशा प्रकारे आदराचं स्थान निर्माण करावं याचीही ती आपल्याला शिकवण देते. अर्जुन चुलतभावांबरोबर युद्ध करण्याच्या

त्याच्या समोरच्या आव्हानातून सुटका करून घेण्याचा आणि त्याला तोंड देण्यास दिरंगाई करण्याचा प्रयत्न करतो; परंतु कृष्ण त्याला अशी टाळाटाळ करू देत नाही. तो त्याला पुनःपुन्हा वास्तवाकडे परत आणतो आणि त्याला सांगतो की, त्याच्या समोर असलेल्या त्याच्या कर्तव्याचा त्याने विनम्रतेनं स्वीकार केला पाहिजे. युद्ध करून सत्ता मिळवण्यासाठी अर्जुन हे युद्ध करत नसून, ध्यानात्मक अवस्थेतून युद्ध करूनच, खऱ्या योद्ध्यानं प्राप्त करून घेणं आवश्यक असलेल्या सगळ्या गोष्टी अर्जुनाला प्राप्त करून घेता येतील, असंही कृष्ण स्पष्टपणे सांगतो.

म्हणजेच दुसऱ्या शब्दांत, गीता आपल्याला सर्व बाजूंनी वेढा घातलेल्या सीमित विचारांच्या भिंती पाडून टाकण्यास सांगते. गीतेचं हेच वैशिष्ट्य आहे. फक्त त्या भिंती पाडून टाकल्या की, जीवनाच्या आध्यात्मिक आणि भौतिक अशा दोन्ही प्रतलांमध्ये आपला विकास होऊ लागतो. काल्पनिक विचारप्रक्रियांनी आणि काल्पनिक भीतींनी आपल्या मनाला सर्व बाजूंनी घेरून टाकल्यामुळे मानसिक आजार निर्माण होतात. ज्या क्षणी तुम्ही चिंतेच्या आणि भीतेच्या या भिंती सर्वशक्तिनिशी पूर्णपणे पाडून टाकता, त्या क्षणी तुम्ही अंतर्यामीच्या अत्यंत समाधानाच्या आणि आऩंदाच्या स्थितीत पोहोचता. तुम्ही संपूर्णतेच्या आणि आनंदाच्या जाणिवेतून काम करण्याच्या स्थितीत पोहोचता आणि ज्या वेळी तुम्ही या स्थितीतून काम करता, त्या वेळी तुम्हाला अंतर्गत परमानंदाची आणि विजयाची जाणीव करून घेण्यापासून कोणतीही गोष्ट रोखू शकत नाही. या अद्भुत ब्रह्मांडाचे नागरिक म्हणून या जाणिवेचा तुम्ही निर्वेधपणे उपभोग घेऊ शकता. तो तुमचा हक्कच असतो.

अस्तित्वाचं दैवी स्वरूप आपल्यातच वास करत असतं; परंतु फक्त ज्या वेळी आपल्या मनात त्याच्याविषयी कृतज्ञता निर्माण होते त्याच वेळी आपल्याला त्याच्या दिव्यत्वाची स्पष्ट प्रचीती येऊ शकते. त्या वेळी आपल्याला आपल्यातील स्पष्टतेची आणि विवेकाची प्रचंड अनुभूती येऊ लागते. अर्जुनाचं मन अविवेकी अवस्थेत सैरभैर झालं आहे. तो अत्यंत भ्रमित झाला आहे आणि त्याचे विचार भरकटले आहेत. ते अत्यंत संदिग्ध आहेत. त्यामुळे तो मद्य प्राशन केलेल्या व्यक्तीप्रमाणे अडखळत आहे, चाचरत बोलत आहे. आनंद वाटावा अशा प्रकारे त्याच्या हृदयाची धडधड त्याला समजत नाही. त्याला परिस्थितीचं स्पष्ट आकलन होत नाही. कृष्ण फक्त त्याच्या

आकलनात स्पष्टता आणतो. अर्जुनानं जे ऐकण्याची आवश्यकता होती, ते तो त्याला ऐकायला लावतो आणि असं करत असताना तो लवकरच अर्जुनाला गुरूचा संदेश आत्मसात करण्याच्या अवस्थेपर्यंत आणतो. गीतेत गुरूकडून शिष्याकडे एका गहन ऊर्जेचं वहन होतं. या ऊर्जेचा संचार झाल्यानंतर अर्जुनाच्या मनातील अहंकार गळून पडतो आणि त्या जागी दुर्दम्य साहस भरतं. ज्या वेळी तुमच्याकडे सामान्य साहसाच्या पलीकडचं असं दुर्दम्य साहस असतं, फक्त त्याच वेळी तुमच्या मनात पुरेशा प्रमाणात विवेक गोळा होतो. त्याच्या साहाय्यानं तुमच्या जीवनऊर्जेचा संपूर्ण उपयोग करण्यास तुम्ही सक्षम होता. अन्यथा, आपल्यापैकी बहुतेक जण आपल्या जीवनऊर्जेचा अत्यल्प वापर करतात. आपले विचार आपल्या मनाला सर्व प्रकारच्या भीतींनी आणि शंकांनी व्यापून टाकतात, त्यामुळेच असं घडतं. ज्याप्रमाणे अर्जुनाचं स्वतःचं मन विचारांनी आणि शंकांनी व्याप्त झालं होतं, तसंच हे असतं म्हणून या दुष्टचक्रातून बाहेर पडणं आणि स्पष्ट जाणीव, चैतन्य असलेलं अस्तित्व म्हणून स्वतःला समजून घेणं ही महत्त्वाची गोष्ट आहे. त्यानंतर कृष्ण ज्या दैवी संदेशाबद्दल बोलतो, तो दैवी संदेश आपल्याला प्राप्त होईल. जीवनात दैवी समाधानाची जाणीव करून घेण्याविषयीचा तो वैश्विक संदेश आहे. जीवनातील दैवी समाधान हे भौतिक गोष्टींमुळे मिळणारं समाधान नसतं. मानसिक स्पष्टतेतून मिळणाऱ्या निखळ आनंदाचा शोध घेणं हाच अस्तित्वाची खरोखरची समाधानी अवस्था प्राप्त करून घेण्याचा एकमेव मार्ग आहे. ज्या वेळी मानसिकता स्पष्ट असते, त्या वेळी कृती किंवा कर्मंही स्पष्ट होतात. भावभावना आणि अनुभूती स्पष्ट होतात. त्यानंतर सूक्ष्म किंवा स्थूल पातळीवरून तुम्हाला त्रस्त करणाऱ्या सगळ्या गोष्टींचा तुमच्यावर कसलाच परिणाम होत नाही. तुम्ही बंधनांमधून मुक्त होता आणि तुमच्या सर्वाधिक गतिशील, सक्रिय स्वत्वाच्या रूपात येता.

प्रकरण २४

आध्यात्मिकतेतून प्रेरित नेतृत्वासाठी शिकवण : तुम्ही कोणीही नाही; पण तरीही आत्म्याच्या स्वरूपात तुम्ही सर्वव्यापी आहात

शिकवण *: तुमच्या आतच वैश्विक ऊर्जा आणि शक्ती छुप्या किंवा सुप्त अवस्थेत असते. ती नेहमीच तुमच्या सोबत असते. या गोष्टीला कमी लेखू नका. कृष्ण प्रतिनिधित्व करत असलेल्या सर्वोच्च दैवी तत्त्वाचं तुम्ही प्रतिबिंब आहात. त्याने अर्जुनाला अशी शिकवण दिली की : एका बाजूला प्रत्येक मर्त्य सजीव ही अत्यंत क्षुल्लक, किरकोळ गोष्ट असते; परंतु तिच्यात समाविष्ट असलेल्या छुप्या देवत्वाच्या अंशामुळे ती वैश्विक किंवा ब्रह्मांडीय स्वरूपाचीही असते. हे समजून घेणं हीच प्रेरित जीवनासाठीची आणि नेतृत्वासाठीची अंतर्गत गुरूकिल्ली आहे.*

चराचरविषयक वैश्विक योजनेत आपल्यापैकी कोणीही खरोखरच कसे महत्त्वाचे नाही; परंतु तरीही आपल्यामध्ये एक अंगभूत *मूल्य* कसं आहे आणि छोट्या मार्गानं का असेना; पण अस्तित्वाच्या व्यापकतेत आपल्याला शाश्वत महत्त्व कसं आहे हे स्पष्ट करून सांगणं हा गीतेतील अत्यंत गूढ आध्यात्मिक पैलू आहे.

आपल्या विश्वरूप दर्शनाची भव्यता आणि दिव्यता दाखवून कृष्ण अर्जुनाला त्याच्या समोर नतमस्तक व्हायला लावतो. अस्तित्वाची भव्यता विषद करून कृष्ण अर्जुनाला अत्यंत विनम्र करतो. अचानकच तो बलाढ्य योद्धा, बलाढ्य लोकनेता, लोकांच्या दृष्टीनं असलेला तो पुरुषोत्तम अर्जुन ब्रह्मांडीय तत्त्व असलेल्या कृष्णासमोर अत्यंत लीन होतो. त्याला कृष्णाला शरण जाणं भागच पडतं; परंतु त्याच वेळी कृष्ण अर्जुनाला हेही दाखवून देतो की, कृष्णाचा म्हणजेच प्रत्यक्ष परमेश्वराचा अंश अर्जुनाच्या आतही वसत आहे. तिथे आत्म्याच्या शाश्वत स्वरूपात हा अंश स्थित आहे. याचा अर्थ परमेश्वराचं सार-स्वरूप अर्जुनाला उपलब्ध आहे. दुसऱ्या शब्दांत, कृष्ण असं दाखवून देतो की, चराचरांच्या या योजनेत एका बाजूला अर्जुन (आणि खरं तर आपल्यापैकी कोणीही) कोणीच नाही. त्याला काहीच मूल्य नाही. प्रत्यक्षात तो अस्तित्वाच्या व्यापकतेत केवळ धुळीच्या एका कणासारख्या असलेल्या पृथ्वीवरच्या धुळीच्या एका कणासारखा आहे. त्याला काहीच महत्त्व नाही. मात्र त्याच वेळी त्या अनंताचं वैभव सतत त्याच्या सोबत आहे. हे वैभव, हा महिमा आपल्याला सातत्यानं उपलब्ध आहे. या अंतर्दृष्टीमुळे अर्जुनाचा संपूर्ण कायापालट होतो. त्याच्या मनात आत्यंतिक विनयशीलता, विनम्रत्व भिनतं; परंतु त्याच वेळी आपण अस्तित्वाचा एक सूक्ष्म कण असलो तरी आपल्याकडे अनंत समृद्धी असल्याचा आत्मविश्वासही त्याच्या मनात निर्माण होतो. आपल्याकडे अनंत सत्ता आहे. माणूस म्हणून आपल्याकडे अनंत क्षमता आहे, याचा त्याला साक्षात्कार होतो आणि त्याच्यातूनच कर्माचा कर्ता म्हणून किंवा ज्या क्षेत्रात आपण असू त्या क्षेत्रातील नेता म्हणून आपल्याकडे अनंत क्षमता आहे असा आत्मविश्वासही त्याला प्राप्त होतो.

अस्तित्वाच्या परिघावर राहून आपण एखादं कर्म करत असू; परंतु जर आपल्या अस्तित्वाचं केंद्र आपल्याला माहीत नसेल, तर ते कर्म निरर्थक असतं, हे आपल्याला समजावण्याकरिता भगवत्‌गीतेचा संपूर्ण प्रवास झाला आहे आणि कृष्णाकडून सर्वतोपरी प्रयत्न करण्यात आले आहेत. ज्या केंद्रस्थानी ब्रह्मांडाची खरोखरची महत्त्वाची शक्ती वास करते त्याच्यातूनच आपल्याला आपल्या व्यापकतेचं आकलन करून घेण्याची सखोल जाणीव प्राप्त होते. मात्र त्याच वेळी आपल्याला इतरांकडून कितीही आदर आणि सन्मान प्राप्त होत असला आणि आपल्या सत्तेतील पदामुळे,

आपल्याकडच्या संपत्तीमुळे किंवा बाह्य समृद्धीमुळे आपल्यासमोर अनेक लोक झुकत असले, नमतं घेत असले तरी नेहमीच आपली अंतर्गत समृद्धी महत्त्वाची असते. ज्या व्यक्तीला हे समजतं तिला हेही समजतं की, ती कोणाहीपेक्षा श्रेष्ठ किंवा कनिष्ठ नाही; परंतु तिच्या अंतर्गत असलेल्या आत्म्याच्या भांडाराच्या तिला झालेल्या वैयक्तिक साक्षात्कारामुळे ती अद्वितीय झाली आहे हे तिच्या लक्षात येतं. असं केल्यामुळेच मानवी मनात आणि आत्म्यात गतिशीलता येते.

अनंताचा प्रकाश हा तुमच्या आत्म्याच्या आत असलेल्या अग्नीसारखा आहे, हे समजून घ्या. ज्या वेळी तुम्हाला त्या अधिक महान तत्त्वाच्या प्रकाशाला, तुमच्या आत असलेल्या अनंताच्या शक्तीला समजून घेता येईल, त्या वेळी तुम्ही काहीही करत असलात तरी त्यात कमालीची गतिशीलता येईल. तुम्ही मार्गदर्शक प्रकाश व्हाल. तुम्ही नवीन मार्गाचा शोध घ्याल, त्यामुळे तुम्ही फक्त स्वतःलाच नव्हे, तर इतरांनाही अंधकारातून बाहेर काढाल. खरं म्हणजे नेत्यानं असंच करण्याची गरज असते. त्याने लोकांना संकटांच्या आणि समस्यांच्या अंधकारातून बाहेर काढण्याची गरज असते. चांगल्या नेतृत्वातून लोकांना तणावग्रस्त परिस्थितींमधून आणि स्थितींतून, त्यांच्या चिंतांमधून आणि काळज्यांतून बाहेर काढण्याची क्षमता सूचित होते. तसेच लोकांच्या मनात आनंद, आशा आणि सकारात्मकता निर्माण करण्याची क्षमता सूचित होते. ज्या ठिकाणी आशा आणि सकारात्मकता असते, तिथे जीवनात वैपुल्य निर्माण होतं, म्हणजेच समृद्ध जीवन निर्माण होतं.

म्हणून चांगला नेता अशा सकारात्मकतेसाठी आणि आशावादासाठी जमीन तयार करतो. मानवी आकांक्षांच्या जमिनीची तो मशागत करतो आणि याच भाषेत बोलायचं झालं तर त्या जमिनीत तुम्ही जे काही पेराल ते सगळंच्या सगळं उगवतं आणि बहरतं; परंतु त्या जमिनीचा मूलाधार हा आपल्या अंगभूत आत्म्याच्या महानतेच्या वस्तुनिष्ठ साक्षात्कारात असतो. आत्म्याच्या महानतेच्या त्या वस्तुनिष्ठ साक्षात्काराशिवाय, त्याच्या महानतेची जाणीव झाल्याशिवाय व्यक्तीमध्ये खरा आत्मविश्वास निर्माण होऊ शकत नाही.

सहसा नेहमीच नेत्यांकडे बेगडी आत्मविश्वास असतो. तो त्यांच्या अंतर्गत अस्तित्वातून आलेला नसतो. तो त्यांच्या पदामुळे, त्यांच्या अनुयायांमुळे किंवा संपत्तीतून किंवा तत्सम गोष्टींमधून आलेला असतो;

परंतु ज्या व्यक्तीकडे यांपैकी काहीही नसलं तरी ती जे काही करते त्याच्यातून आत्म्याच्या तेजाचा प्रकाश आणि तेज दिसून येतं तिच्याकडे असलेला आत्मविश्वास हा खरा आत्मविश्वास असतो. स्वामी विवेकानंद हे याचं आधुनिक युगातील उत्तम उदाहरण आहे. एचजे व्हॅन हागन याने त्यांचं अत्यंत मार्मिक वर्णन केलं आहे. त्याने विवेकानंदांना प्रत्यक्ष पाहिलं होतं. त्याने म्हटलं आहे की : 'त्यांच्या चालण्यात भारदस्तपणा होता आणि संपूर्ण व्यक्तिमत्त्वातून आणि आचरणातून एक प्रकारची उदात्तता आणि दिमाखदारपणा जाणवत होता. असं वाटत होतं की, त्यांच्याकडे सारं काही आहे आणि त्यांना इतरांकडून काहीही नको आहे.' आध्यात्मिकतेचा साक्षात्कार झालेल्या मनुष्य जातीच्या खऱ्या, परिपक्व नेत्याचं हे वर्णन आहे. त्याचा असा अर्थ आहे की, खरोखरच्या पाथप्रदर्शकाकडे स्वामित्वाची भावना किंवा भौतिक पारितोषिक मिळवण्याची महत्त्वाकांक्षा असण्याची गरज नसते. त्याऐवजी तो साधा असतो; परंतु त्याच्या वर्तनातूनच त्याचा अंतर्गत आत्मविश्वास जाणवत राहतो आणि हा अंतर्गत आत्मविश्वास तो किंवा ती जे काही करत असते त्याच्यातून झळकतो, प्रकाशित होतो. अशी व्यक्ती लोकांची स्वाभाविक नेता होते. या संदर्भातील वैश्विक नियम असा आहे : आपल्याला आत्म्याची जाणीव झाली, त्याचा साक्षात्कार झाला, तर आपल्या बाह्य अस्तित्वात चमक येते, एक प्रकारचं तेज निर्माण होतं म्हणूनच इतिहासातील सर्व गूढ अध्यात्मवाद्यांच्या मस्तकाभोवती किंवा शरीराभोवती सर्वत्र तेजोवलय दाखवलं जातं. त्यांचं वर्तन आणि आचरण यांमधून हे तेज झळकत राहतं. त्यांच्यातून अंतर्यामीचा गाढ आशेचा आणि आत्मविश्वासाचा प्रकाश उत्सर्जित होत असल्यासारखं वाटतं. तो त्यांच्या अस्तित्वाचा प्रकाश असतो. ते त्यांच्या अंतरात्म्याचं तेज असतं. ते जिकडे जातात तिकडे तिथे असलेल्या लोकांना अशा व्यक्तींच्या अस्तित्वाच्या तेजात उजळून निघाल्यासारखं वाटतं. हा खरा करिश्मा असतो. ऋषींच्या भोवती असं तेजोवलय दाखवलं जातं. हिंदू धर्मातील परमेश्वरी अवतारांच्या भोवती असं तेजोवलय नेहमीच दाखवलं जातं. गौतम बुद्ध, येशू ख्रिस्त, झरतृष्ट, गुरू नानक, महावीर, सुफी संत इ. कडेही असं तेजोवलय असल्याचं दाखवलं जातं.

तुमच्या अंतरात्म्याशी तुम्हाला आत्यंतिक एकात्मता आणि तादात्म्य जाणवलं तर नेता म्हणून तुम्ही काहीही करत असलात तरी त्याच्यातून

तुमच्या व्यक्तिमत्त्वाचा भौतिक विकास आणि अभिव्यक्ती होईल. अशा वेळी लोकांना नवीन आणि अधिक मोठ्या उद्दिष्टांपर्यंत घेऊन जाण्यास तुम्ही सज्ज व्हाल. मात्र आत्म्याशी तादात्म्यतेची अशी गाढ भावना तुमच्या मनात निर्माण झाली नाही तर तुमच्यामध्ये कधीही खरा आणि शाश्वत आत्मविश्वास विकसित होणार नाही.

अखेरीस आपण सगळेच जण मातीतच मिसळून जाणार आहोत. फक्त मानसिक प्रवाह, ज्या जाणिवेसह आपण जन्मलो आणि जगत आहोत ती जाणीव किंवा तो आत्मा याच गोष्टी त्यांच्या आध्यात्मिक गूढ व्याप्तीत टिकून राहणार आहेत. आपल्यातील सूक्ष्म शरीर कालातीत स्वरूपात शाश्वतपणे अस्तित्वात राहणार आहे. भौतिक स्थूल शरीर नष्ट होणार आहे. कृष्ण अर्जुनाला सातत्याने याचीच आठवण करून देत आहे.

गूढ आणि आध्यात्मिक गोष्टींमध्ये रुची असलेल्या नेत्याच्या दृष्टीनं अंतर्दृष्टीचा काय अर्थ असतो, हे स्टीव्ह जॉब्जसारख्या व्यक्ती काहीशा आगळ्यावेगळ्या पद्धतीनं दाखवून देतात. जॉब्जच्या स्वतःच्या वैयक्तिक गरजा अत्यंत साध्या होत्या. त्याचं स्वतःचं घर अतिशय साध्या पद्धतीनं सजवण्यात आलं होतं. त्याच्या मालकीच्या फारशा वस्तू नव्हत्या. त्याला श्रीमंतीचं प्रदर्शन करण्यासाठी वस्तूंचा संचय करण्याची हौस नव्हती. त्याचं वर्तन अत्यंत साधं होतं. तो साधे कपडे घालत होता. काळा, बंद गळ्याचा टी शर्ट आणि जीन्स असा त्याचा पेहराव असत होता. तो साधी कार चालवत होता. त्याच्या घरात फक्त एक म्युझिक सिस्टिम होती आणि त्याच्या मालकीच्या काही थोड्याच वस्तू होत्या; परंतु तरीही ज्या वेळी कामाचा प्रश्न येत असे, त्या वेळी तो ते अंतर्यामीच्या आत्यंतिक तळमळीनं करत असे. सौंदर्याभिरुचीचा प्रश्न येत असे त्या वेळीही त्याच्या मनातील सखोल तळमळ दिसून येत असे. मानवतेच्या हिताच्या दृष्टीनं शाश्वत असं काहीतरी करणं हे त्याचं उद्दिष्ट होतं. लोकांना अधिक सर्जनशील करण्यास मदत करण्याच्या निर्मितीक्षम हेतूनं तंत्रज्ञानाचा उपयोग करणं हे त्याचं ध्येय होतं, त्यामुळे *आध्यात्मिकदृष्ट्या स्फूर्ती* मिळालेलं नेतृत्व त्याच्या व्यक्तिमत्त्वातून प्रतिबिंबित होतं म्हणून हा नेता वैयक्तिक पातळीवर भौतिक गोष्टींवर स्वामित्व मिळवण्याचा प्रयत्न करत नव्हता आणि वस्तूंचा संचय करत नव्हता. त्याच्याकडे चराचरामध्ये वसणाऱ्या आत्म्याला समजून घेण्याची आणि आत्म्याच्या या जाणिवेविषयीची उत्कट इच्छा दिसत होती.

ती सर्जनशीलतेतून किंवा समाजासाठी तयार करण्यात आलेल्या उत्पादनातून प्रकट होत होती; परंतु वैयक्तिक संपत्ती मिळवण्याचा पाठपुरावा करणं हा त्याच्या कामाचा महत्त्वाचा आधार नव्हता. त्यात नेहमीच त्याहूनही अधिक उच्च कोटीचा पाठपुरावा करण्याचा समावेश असत होता. याच गोष्टीमुळे एक महान नेता तयार होतो.

प्रकरण २५

आनंदानं जगा!

शिकवण : *बाह्य घडामोडीनं संपूर्ण जग हादरून गेलं असलं, तरी तुमच्या अंतर्गत शांततेला आणि आनंदाला धक्का बसू देऊ नका. युद्ध, आपत्ती आणि मोठमोठ्या साथी या सगळ्या गोष्टींनी हादरून जात असलेल्या आजच्या जगात जगण्याची हीच गुरूकिल्ली आहे. अंतर्गत संतुलन कायम राखा. त्याच्यातून नैसर्गिकपणेच आनंदी ऊर्जा निर्माण होते. त्या ऊर्जेचं पोषण करा आणि तुमच्या आत मन-शरीर-आत्मा यांच्या शक्तीचा संयोग घडवून आणा आणि अशा प्रकारे त्यांच्या एकत्रित शक्तीची निर्मिती करा. अंतर्गत आनंदीपणाचा हा संयोग विस्कळित झाल्यामुळे अर्जुनाला दुःखाचा सामना करावा लागला. एकदा त्याने ते पुन्हा प्राप्त करून घेतल्यानंतर सर्व आव्हानांवर मात करण्यास तो सक्षम झाला आणि पुन्हा एकदा तो मुळात असलेला महान योद्धा-नेता झाला.*

जीवन अतिशय आनंदानं आणि हृदयातून निर्माण झालेल्या अतीव उत्साहानं जगलं पाहिजे, ते चिंतेच्या अंधकारात जगू नये हा गीतेतील एक अत्यंत महत्त्वाचा धडा आहे. नेत्यांमधील अंतर्गत गुणधर्मांच्या संदर्भातही यात एक महत्त्वाचा धडा देण्यात आला आहे. जे लोक स्वतः प्रगाढ आनंदी अवस्थेचा अनुभव घेतात तेच इतरांसाठी तशाच

आनंदाची निर्मिती करण्यासाठी खऱ्या अर्थानं काम करतात. लोकांना आणि समाजाला आनंदमय समाधानाकडे आणि यशाकडे नेणं हे चांगल्या नेत्याचं अंतिम कार्य आहे. ज्या वेळी नेते त्यांच्या अंतर्यामात आनंदमय उत्साहानं किंवा ऊर्जेनं प्रकाशित झालेले असतात फक्त त्याच वेळी ही गोष्ट घडून येते. उत्साही प्रसन्नता ही नेत्यांसाठी अत्यावश्यक गोष्ट आहे. उत्साहीपणामुळे आणि प्रसन्नतेमुळे त्यांना स्वतःला सर्जनशीलतेची प्रेरणा मिळतेच, शिवाय ते नेतृत्व करत असलेल्या संघटनेच्या सर्व पातळ्यांवर सर्वत्र उत्कट इच्छेचा प्रभाव पडतो.

कृष्ण अर्जुनाला आणखी एक महान सत्य सांगतो, ते म्हणजे सर्वच गोष्टी या अंततः परमानंदानं आणि परम संतोषानं तयार झाल्या आहेत. आपल्या आयुष्यातील परिस्थिती कशाही असल्या तरी आनंदाच्या या भावनेनं आपल्या जाणिवेला प्रकाशमान करणं हे आपल्यावर बंधनकारक असलेलं आपलं आध्यात्मिक कर्तव्य आहे. त्यानंतर आपल्या जीवनातील प्रत्येक गोष्ट आनंददायक होते.

अर्जुन अंतर्गत उद्विग्न, यातनादायक परिस्थितीत अडकला आहे, हीच अर्जुनासमोरची समस्या आहे. त्याच्या मनात परस्परविरुद्ध विचारांचं द्वंद्व सुरू आहे. तो स्वतःशीच संघर्ष करण्यात गुंतला आहे. त्याचं मन आनंदमयी अवस्थेपासून कित्येक योजनं दूर आहे. त्याचं मन समाधानी अवस्थेपासून कित्येक योजनं दूर आहे. कृष्ण त्याला याची जाणीव करून देतो की, अखेरीस अर्जुनाच्या हातात फक्त एकच गोष्ट आहे. तो स्वतःच्या मनात संतुलन साधू शकतो आणि मानसिक आनंदाची प्राप्ती करून घेऊ शकतो. जे घडत आहे, तो जे काही करत आहे, तो युद्धात जिंकला काय किंवा हरला काय, त्याने शत्रूंना ठार मारलं काय किंवा शत्रूंनी त्याला ठार मारलं काय, त्याने त्या सगळ्या गोष्टींचा स्वीकार आनंदानं, सम दृष्टीनं, स्थितप्रज्ञपणे आणि अगदी सहजतेनं केला पाहिजे. यामुळे अर्जुनाच्या जाणिवेत संपूर्ण परिवर्तन घडून येतं. तो चिंताग्रस्त असतो; पण तो आनंदी होऊ लागतो.

म्हणून आनंदात राहणं हेच यामागचं संपूर्ण रहस्य आहे. आनंदामुळे जाणिवेच्या अंतर्गत खूप मोठी जागृती निर्माण होते. त्याच्यामुळे अस्तित्वात महान दक्षता निर्माण होते. यामुळे जागृतावस्था निर्माण होते आणि परमेश्वरानं तुमच्या मनाच्या सर्वांत आतील भागात हळुवार कुजबुजत्या आवाजात सांगितलेला संदेशही तुम्ही तत्परतेनं ऐकता.

आपण सगळेच जण एका महान ब्रह्मांडीय चमत्कारात जगत आहोत. ते एक महान वैश्विक तेज आहे, ती एक महान वैश्विक भव्यता आहे; परंतु आपल्यापैकी फक्त अत्यल्प लोकच आपल्या अंतर्यामातील आनंदाची अनुभूती घेतात. आपल्याला याचं आश्चर्य वाटत नाही. आपल्या स्वतःच्या समस्यांमध्येच आपण इतके गुंतून गेलेले असतो आणि हैराण झालेले असतो की, आपल्या आयुष्यातील परमानंदाला आपण पूर्णपणे मुकतो आणि हाच मानवी ऊर्जेचा आणि मानवी जीवनाचाही मोठाच अपव्यय आहे.

चिंताग्रस्ततेच्या अवस्थेत आपण मानसिकदृष्ट्या दुर्बल होतो. गीतेच्या सुरुवातीला अर्जुन अगदी असाहाय्य व्यक्तीसारखा वागतो; परंतु कृष्णानं त्याला आनंदीपणानं जगण्याचा धडा दिल्यानंतर तो मोठ्या प्रमाणातील बुद्धिमत्तेनं आणि जाणिवेतून अत्यंत जागरूकपणे त्याचा स्वीकार करू शकतो. ही गोष्ट अर्जुनाच्याही लक्षात येते. यातली सगळ्यात महत्त्वाची गोष्ट अशी आहे की, हृदयात परमानंद असलेल्या अवस्थेतून तो या सगळ्याचा स्वीकार करतो. ज्या वेळी त्याच्या हृदयातील हा आनंद हळूहळू झिरपत जाऊन त्याच्या अस्तित्वभर पसरतो, त्या वेळी तो युद्धासाठी सज्ज होतो आणि त्याने ज्या प्रकारे युद्ध करणं आवश्यक असतं त्याप्रमाणेच – म्हणजे गूढ आध्यात्मिक योद्ध्याप्रमाणे तो युद्ध करतो. तो न्यायासाठी, न्यायाच्या बाजूनं लढतो आणि त्यामुळे त्यात दुःख करण्यासारखं काहीच नसतं.

संपूर्ण गीतेत आनंदीपणानं जगण्याचा उपदेश करण्यात आला आहे. तुम्हाला हे समजून घेता आलं तर तुम्हाला खऱ्या अर्थानं गीतेचं सार समजेल. हे संपूर्ण ब्रह्मांडच प्रत्यक्ष सृजनात्मक दिव्य ऊर्जेच्या आदेशानुसार परमानंदाच्या महान अवस्थेत आहे. ही सर्जनशील शक्ती सर्व चराचरांना अस्तित्वात आणते आणि त्यांना परमानंदानं व्यापून टाकते.

आपल्याला चिंताग्रस्ततेत राहणं सोडून द्यावंच लागेल. आपल्या परिस्थितींची आणि दुःखांची चर्चा करणंही बंद करावंच लागेल. आपल्याला काहीशा अलिप्ततेनं जगावं लागेल. ज्या वेळी आपण काहीसे अलिप्त होतो त्या वेळी आपल्याला आनंदाची प्राप्ती होते. त्यासाठी आपल्याला 'ज्ञानाच्या' किंवा 'प्रबोधना'च्या दिशेनं जाण्याचीही गरज नसते. आनंद आणि परमानंद स्वतःच ज्ञानाच्या, मानवी प्रबोधनाच्या दिशेनं जाण्याच्या आपल्या गतीला प्रोत्साहन देतात. त्यानंतर जवळजवळ लगेच अंतर्गत शुद्धता प्राप्त होते. आपल्या आत असलेल्या आपल्या जाणिवेला या

आनंदाबरोबर प्राप्त झालेली दुय्यम गोष्ट म्हणून अधिक प्रखरता लाभते. ती अधिक तेजस्वीपणानं चमकू लागते. त्यानंतर आपल्याला जगात कधीच एकाकीपणा जाणवत नाही. अर्जुनाच्या मनात एकाकीपणाची मोठी भावना असते. त्या दुःखी एकाकीपणातून निर्माण झालेल्या नैराश्यामुळे त्याच्या मनात मृत्यूला कवटाळण्याची मोठी इच्छा निर्माण होते; परंतु कृष्ण त्याला असं स्पष्ट करून सांगतो की, आपण ज्याला जीवन म्हणतो ते त्या भव्य महान ब्रह्मांडीय चक्राचा फक्त एक भाग आहे. ब्रह्मांड अत्यंत गतीनं, अत्यंत वेगानं फिरत आहे. त्याच्यावर आपल्या बाह्य लहरींची आणि कल्पनांची हुकूमत चालत नाही, तर ते त्यांहून अनंत पटींनी महान असलेल्या सर्वश्रेष्ठ अनंत वैश्विक शक्तीच्या आदेशानुसार काम करतं म्हणून जीवनातील आपला कल, आपली प्रवृत्ती ही साधेपणाकडे आणि आनंदाकडे असली पाहिजे. जीवन आणि मृत्यू या दोहोंकडे आपण फक्त आनंदानंच पाहिलं पाहिजे. दुःख करत राहण्यासारखं काहीही नाही. कुढत राहण्याजोगं काहीही नाही. त्या सगळ्या गोष्टी म्हणजे आपल्या अत्यंत महान असलेल्या वास्तवाचा फक्त एक भाग आहेत. त्या वास्तवाच्या – त्या परम सत्याच्या कार्यप्रणालीचा आपण फक्त स्वीकार केला, तर तेच परम सत्य आपल्याला निश्चिंत करतं. चराचराच्या नैसर्गिक ब्रह्मांडीय पद्धतीप्रमाणे, आपल्याला त्या आध्यात्मिक प्रवाहातून फक्त प्रवाहित होत राहायचं आहे हे आपण मान्य केलं, तर ते ब्रह्मांडीय परम सत्य आपल्याला निश्चिंत करतं. त्यानंतर आपली जाणीव ही वैश्विक आनंदाचं प्रतिबिंब होऊ लागते. या दृष्टिकोनामुळे आपल्या अहंकाराचा नाश होतो. ज्या वेळी अहंकाराचा नाश होतो त्या वेळी आपलं मन दिव्य जाणिवेनं, चैतन्यानं ओतप्रोत भरून जातं. एक दिव्य सुगंध आपल्याला वेढून टाकतो आणि मग आत्म्याच्या महान नृत्यात आपलं जीवन आपण समाविष्ट करू शकतो म्हणजेच आपल्या जीवनात आपण परमानंदाचा अनुभव घेऊ लागतो.

धर्माचं सार काय आहे? गीतेचा धर्म हा आनंदाचा धर्म आहे. तिथे कर्मकांडाचा, विधींचा असा कसलाच प्रश्न नाही. आनंदाच्या या अंतर्गत अवस्थेपर्यंत आपल्या जाणिवेला जागृत करणं हा गीतेचा धर्म आहे. त्यानंतर सगळ्या गोष्टी करणं शक्य होतं, कारण तुमच्या जाणिवेला या आनंदीपणाचा स्पर्श झाला तर मग तुम्हाला खरोखरच जीवनाचा अदृश्य भाग समजतो. यातली समस्या हीच असते की, आपण दृश्य आणि भौतिक भागात इतके

अडकून पडतो, इतके रुतून बसतो की, आपल्याला आंतरिक आध्यात्मिक आनंद नेहमीच उपलब्ध आहे हेच आपण विसरून जातो. शाश्वततेचा दरवाजा आपल्याला नेहमीच उपलब्ध असतो. आपल्या अंतर्यामी आनंद आणि परमानंद असेल, तर आपण त्या दरवाजातून आत प्रवेश करू शकतो. तो कालातीत आहे. त्या आयामाला कोणतेही विशेष गुणधर्म, कोणतेही मापदंड लागू होत नाहीत. तो सगळ्या भौतिक परिस्थितींच्या पलीकडे आहे आणि तो त्यांच्यावर लीलया मात करू शकतो. गीतेच्या मते, हेच धर्माचं सार आहे. आपण त्यात खोलवर शिरलो तर या आनंदातूनच अनंतपणाची जाणीव निर्माण होत असल्याचं आपल्याला आढळतं, अन्यथा, आपण अत्यंत सीमित जीवन जगत असतो. आपल्या समस्यांमध्ये आपण भावनिकदृष्ट्या इतके अडकून पडतो की, आपण त्या समस्यांच्या रूपातच स्वतःला ओळखू लागतो आणि त्या समस्याच आपली ओळख झाली की, मग आपण त्यांच्या गुंतागुंतीत अडकत जातो. अलिप्त व्हा. स्थितप्रज्ञ व्हा. तुमचा दृष्टिकोन थोडासा व्यापक करा. तुमचा दृष्टिकोन थोडासा शांततामय करा. त्यानंतर नकारात्मकतेलाही अत्यंत उपयुक्त अशा एखाद्या गोष्टीत रूपांतरित करण्याची कला तुम्ही शिकाल. स्वतःच्या इच्छेनुसार आपल्या हृदयाच्या तारा झंकारण्याची क्षमता आपल्याकडे असल्याचं तुमच्या लक्षात येईल – म्हणजेच स्वेच्छेनं काम करण्याची क्षमता आपल्याकडे असल्याचं तुम्हाला समजेल. फक्त त्यासाठी तुमच्याकडे आनंदाचा प्रकाश असण्याची गरज असते. हा प्रकाशच तुम्हाला अस्तित्वाच्या अधिक उच्च सत्याकडे, अधिक उच्च मुक्तीकडे, अधिक उच्च स्वातंत्र्याकडे आणि अधिक उच्च बुद्धिमत्तेकडे नेतो.

ज्या वेळी तुम्हाला आपल्या अंतर्यामी आनंदाची जाणीव होऊ लागते, त्या वेळी तुम्ही त्या संपूर्ण परमानंदाशी जोडले जाता. सूक्ष्म जग हे स्थूल जगाचं प्रतिबिंब असतं. विशेषतः ज्या वेळी आनंदाची जाणीव करून घेण्याच्या क्षमतेचा प्रश्न येतो त्या वेळी हे सत्य असतं, कारण आनंद हाच तो वैश्विक पदार्थ आहे. तोच आनंद आहे. तो सर्वव्यापी परमानंद आहे. तो सगळ्या चराचरांमध्ये भरून राहिला आहे. कृष्णाच्या गीतेमुळे अर्जुनाच्या जाणिवेत, त्याच्या चेतनेत परिवर्तन घडून येतं. गीता अर्जुनाला आत्यंतिक नैराश्याच्या मानसिक अवस्थेतून परमानंदाच्या गतिशीलतेच्या मानसिक परिस्थितीपर्यंत घेऊन जाते. अस्तित्वाच्या त्या अवस्थेत अर्जुनानं

जी कृती करणं उचित असतं, तीच कृती अर्जुन करतो. तो खरा योद्धा म्हणून युद्ध करतो. परमेश्वराला जगात करावयाच्या असलेल्या कार्याचं तो आधीपासूनच एक साधन असतो; पण आता तो ही गोष्ट समजून घेऊन त्याचं हे कर्म करतो. आपण सर्वच जण ही निसर्गानं किंवा परमेश्वरानं विशिष्ट हेतूनं त्याचं विशिष्ट कार्य पूर्ण करण्यासाठी जगात निर्माण केलेली त्याची साधनं आहोत. आपण त्याच्या महान कार्यप्रणालीला आपल्या माध्यमातून पूर्ण करू दिलं पाहिजे. त्याच्या महान कार्यप्रणालीला आपल्या माध्यमातून अधिक चांगल्या प्रकारे पार पडू देण्यासाठी फक्त आपण आपली ओळख आपल्या चिंतांच्या आणि आपल्या समस्यांच्या माध्यमातून करून घेता कामा नये. आपण स्वतःला शक्य तितक्या प्रमाणात आनंदाच्या आणि परमानंदाच्या अवस्थेतूनच ओळखलं पाहिजे, कारण तेच आपलं अंतिम सत्य आहे. हीच गोष्ट आपल्याला आपल्या सध्याच्या परिस्थितींच्या मर्यादांच्या पलीकडे घेऊन जाते. आपल्या अंतर्यामी असलेल्या प्रचंड निर्भयतेच्या, प्रचंड शांततेच्या आणि प्रचंड प्रेमाच्या स्थितींकडे तीच आपल्याला नेते. ती अस्तित्वात उत्कट इच्छेची, तळमळीची स्थिती निर्माण करते आणि जिथे अस्तित्वात उत्कट इच्छा असते तिथे आपल्या जीवनाच्या सर्व पैलूंमध्ये परिवर्तन घडून येतं, त्यांचा संपूर्ण कायापालट होतो. आपलं कार्य किंवा काम, आपली नाती, जगात यशस्वी होण्याची आपली क्षमता या सगळ्या गोष्टींचा कायापालट होतो.

म्हणून यातील एकमेव खरं रहस्य असं आहे की : आयुष्य हे आनंदानं जगलं पाहिजे. जर आपल्याला हे माहीत असेल तर आपल्याला गीतेत उपदेश करण्यात आलेल्या धार्मिक मार्गाचं सार समजू शकेल, आपण ते आत्मसात करू शकू.

अर्जुनाच्या अंतर्यामी असलेल्या अंतर्गत भांडाराची, खजिन्याची अर्जुनाला जाणीव करून देणं हा गीतेचा संपूर्ण हेतू आहे. तो अंतर्गत खजिना हेच संपूर्ण ब्रह्मांडात कार्यरत असलेलं दिव्य तत्त्व आहे. सर्वसामान्यपणे, आपल्याला त्याची जाणीव नसते; परंतु आनंदाची स्थिती आपल्याला त्याची जाणीव करून देते, त्याचा साक्षात्कार घडवते. त्याचाच एक घटक म्हणून आपण जगलं पाहिजे याची ती आपल्याला जाणीव करून देते म्हणून ही धार्मिक अवस्था आहे. म्हणून आनंदाची अवस्था ही आपल्याला खऱ्या अर्थानं देवाच्या साक्षात्काराच्या आणि आत्मसाक्षात्काराच्या अवस्थेच्या

अत्यंत निकट नेणारी अवस्था आहे, कारण ती आपल्याला अनंताच्या अज्ञात किनाऱ्यांच्या दिशेनं पुढे नेते. सहसा सर्वसामान्यपणे कोणत्याही भौतिक यशामुळे ज्याची जाणीव होत नाही असा शांततेचा सुगंध ती आपल्याला मिळवून देते. सत्ता, पैसा इ. गोष्टींचा संचय करण्यापासून ही अवस्था खूप दूर असते. ती खरोखरच्या समृद्धीचा संचय करते. आपण म्हणजे कोणीही नाही या भावनेपासून आपण म्हणजेच सारं काही आहोत या भावनेपर्यंत ती आपल्याला घेऊन जाते. अर्जुनाच्या बाबतीतही हेच घडतं.

गीतेच्या सुरुवातीला आपल्याला असं दिसतं की, अर्जुनाच्या मनात आपण यःकश्चित असल्याची, आपण कोणीच नसल्याची भावना आहे. त्याला असं वाटतं की, आपण म्हणजे पूर्णपणे क्षुल्लक जीव आहोत. खरं म्हणजे आपण विनाशाचं साधन आहोत असं त्याला वाटत असतं; परंतु जसजशी गीता पुढे जात राहते, तसतसा कृष्ण त्याला अत्यंत प्रभावीपणे असा संदेश देतो की, प्रत्येक व्यक्तीत प्रचंड मूल्य असतं म्हणून ती अत्यंत मूल्यवान असते; परंतु ज्या वेळी त्या परमात्म्याला आपल्या माध्यमातून आपण कार्य करण्याची मुभा देतो त्याच वेळी ते मूल्य प्रकट होतं. ती अधिक उच्च शक्ती किंवा परमात्मा म्हणजेच परमानंद असतो. तीच आपल्यात अंतर्भूत असलेली दैवी जाणीव असते. या दिव्य जाणिवेला आनंदाच्या अवस्थेत राहूनच ओळखता येतं. खरं म्हणजे परमानंदाची अवस्था म्हणजेच ती दिव्य जाणीव असते. तुमच्या जीवनात क्रांती घडवून आणण्याचा हाच मार्ग असतो. तेच अस्तित्वाचं परिपूर्णत्व असतं. त्याचीच महान ऊर्जा आपल्या हृदयाला आणि मनाला वेढून राहिलेली असते. तेच आपल्या आत्म्याला गतिशील, सक्रिय करतं. शरीर, मन आणि आत्मा यांच्या पातळीवर ते सर्व दुःख नष्ट करणारी परिस्थिती निर्माण करतं. तिथे आपल्या सगळ्या समस्या सुटण्याची शक्यता आढळते. सोडवणं बाकी असलेल्या अनेक समस्यांची मालिका म्हणजे जीवन, असं सहसा व्यक्ती जीवनाचं आकलन करून घेते म्हणजेच जगणं याचा अर्थ अनेक समस्या एका पाठोपाठ सोडवत राहणं असं व्यक्तीला वाटत असतं. तसं पाहता अनेक गोष्टी करायच्या असतात, अनेक समस्या सोडवायच्या असतात; परंतु फक्त उत्साहीपणाची, प्रसन्नतेची अवस्थाच आपल्याला जीवनातील दैवी तत्त्वाचा साक्षात्कार करून घेण्यासाठी त्याच्याकडे परत नेणारी अवस्था असते, हे लक्षात ठेवा. ज्या वेळी हे घडतं त्या वेळी तुमच्या संपूर्ण

अस्तित्वाला तुम्ही अंधकाराच्या अवस्थेतून आंतरिक प्रकाशात रूपांतरित करण्यास सक्षम होता.

अर्जुन एका अत्यंत अंधाऱ्या, नैराश्यपूर्ण अवस्थेतून जात होता. त्याच्याकडून त्याचं कृती करण्याचं स्वातंत्र्य किंवा त्याची सक्रियता, त्याची कृती करण्याची गतिशीलता हिरावून घेण्यात आली आहे, असं त्याच्या मनाच्या त्रस्ततेमुळे त्याला वाटत होतं. त्याच्या मनातील चिंता आणि शंका यांमुळे त्याला दडपून गेल्यासारखं वाटत होतं; परंतु त्याच्या मनात संशय, शंका आणि चिंता होत्या ते प्रत्यक्षात चांगलंच होतं, अन्यथा परमेश्वरानं त्याला आनंदाचा, परमानंदाचा उपदेश असलेली गीता सांगितलीच नसती! असो, तर आपल्या चिंतांचा किंवा दुःखांचा विचार करणं ही गोष्ट आपल्या दृष्टीनं अतिशय महत्त्वाची आहे; परंतु त्यांच्यात लोळत पडू नका आणि त्यांच्यातच बुडून तर मुळीच जाऊ नका. आपल्याला गीतेचा दिव्य उपदेश उपलब्ध आहे हे लक्षात घ्या. भगवंताचा, परमेश्वराचा संदेश आपल्या हृदयातही खरोखरच निनादू शकतो याची जाणीव करून घ्या. तो संदेश आपल्यासाठीही सत्य ठरत असल्याची जाणीव करून घ्या.

आपल्या संपूर्ण आनंदाच्या अंतर्यामीच्या स्थितीच्या माध्यमातून आपल्याला गीतेचं सार नेहमीच उपलब्ध असतं. ते आपल्याला महान आध्यात्मिक विकास करून घेण्यासाठी अनंत शक्ती प्रदान करतं. तिच्यातून आपल्याला प्रत्येक गोष्ट, सारं चराचर परमानंदात लिप्त असल्याचं पाहण्याची दृष्टी मिळते. ग्रहांचं आणि आकाशगंगांचं परिभ्रमण, फुलांचं आणि पक्ष्यांचं साधंसुधं सौंदर्य, ऋतूंमध्ये होणारे जादुई बदल, पहाटेच्या सुमारास पानावर पडलेले दवाचे थेंब या सगळ्या गोष्टी परमानंदाची स्थिती दर्शवतात. अशा सगळ्या गोष्टी परमेश्वराशी जोडलेल्या असतात. फक्त माणूसच त्याच्या सर्वश्रेष्ठ ब्रह्मांडीय आनंदापासून वंचित राहिला आहे. आनंद ही अत्यंत मधुर अनुभूती असते. ती अत्यंत सुगंधी गोष्ट असते. म्हणून आपल्या चिंताग्रस्ततेच्या क्षणांसह आपण स्वतःला न ओळखणं महत्त्वाचं असतं हे लक्षात ठेवा. त्या क्षणांना तुमच्यापासून दूर ठेवा. चिंतेपासून दूर झाल्यामुळे आपल्या मनाच्या खोलवरच्या विश्रामस्थानी कायमच प्रज्ज्वलित अवस्थेत असलेली परमानंदाची ज्योत आपल्याला ओळखता येते. हे समजून घेतल्यानंतर तुम्ही कधीही चिंताग्रस्त होत नाही. तुम्हाला कधीही एकाकीपणा जाणवत नाही. हे समजल्यामुळे तुम्हाला आपण केंद्रस्थानी

असल्यासारखं, परमात्म्याशी एकात्म असल्यासारखं आणि शक्तिशाली व खंबीर असल्यासारखं वाटतं, त्यामुळे तुम्ही आत्यंतिक आत्मविश्वासानं आणि अंतर्गत शक्तीनं पुढे वाटचाल करू लागता. याचा परिणाम म्हणून त्यानंतर बाह्य जगात तुम्ही ज्या ज्या कामांना हात लावाल त्यांचा यशस्वी कायापालट होतो. तुम्ही प्रत्येक कार्यात यशस्वी होता.

आनंदानं जगणं हा गतिशील जगण्याचा सर्वोच्च महान मार्ग आहे. त्याला अन्य पर्याय नाही. आनंदाच्या अनुभवातून तुमच्या अंतर्यामी अंतर्गत सामर्थ्य आणि शक्ती मोठ्या प्रमाणात गोळा होते. ती तुम्हाला सर्वसामान्यापासून असामान्यापर्यंत, जाणिवेपासून परम जाणिवेपर्यंत, ऐहिकतेपासून पावित्र्यापर्यंत, मानवतेपासून देवत्वापर्यंत नेते. गीतेचं हे सार आहे. अशा प्रकारे ती गुरुत्वाकर्षणशक्तीच्या विरुद्ध आहे. गुरुत्वाकर्षणाचा नियम आपल्याला पृथ्वीकडे खेचतो. तो आपल्याला भूमीशी खिळवून ठेवतो. आनंदाचा नियम आपल्याला अधिक महान सत्याच्या, आपल्या सर्वश्रेष्ठ स्वत्वांच्या परमानंदाच्या दिशेनं उडण्यासाठी आध्यात्मिक पंख बहाल करतो. आपल्या स्वतःच्या क्षमतेच्या सर्वोच्च साक्षात्काराकडे जाण्यासाठी, त्या क्षमतेची जागरूकतेनं जाणीव करून घेण्यासाठी आपल्याला मिळालेलं ते एक व्यासपीठ, एक पाया, एक आधार असतो.

प्रामाणिकपणा, धीटपणानं निर्णय घेणं, जादुई आत्मविश्वास, निर्मितीक्षमता, विश्वासूपणा, सर्व गोष्टींच्या अधिक व्यापक व्याप्तींविषयी दक्ष आणि जागरूक राहून संकटावर मात करणं यांसारख्या आपल्या सर्वोच्च नेतृत्व मूल्यांतून ते आपल्याला फलप्राप्ती करून देतं.

प्रकरण २६

जाणिवेचं पुनरुत्थान

***शिकवण** : अंतर्गत शक्ती, आशा, आशावाद आणि ताकद यांच्या साहाय्यानं आपलं नूतनीकरण करण्याच्या शक्तीतच गीतेचं रहस्य सामावलेलं आहे. या गुणधर्मांना निर्माण आणि विकसित करण्यास ती आपल्याला साहाय्य करते. त्याबरोबरच ज्या ज्या वेळी आपल्याला अर्जुनाप्रमाणे मनोधैर्य खचल्यासारखं वाटेल, नैराश्य जाणवेल त्या त्या वेळी गीता आपल्या मनात नवसंजीवनी निर्माण करते. आपल्याला पुनरुज्जीवित करते. या अर्थानं गीता हा नेतृत्वविषयक निर्णायक मार्गदर्शक ग्रंथ आहे, कारण अंतर्गत शक्ती, आशा, आशावाद आणि जाणिवेची ताकद हे नेतृत्वाचे अत्यंत महत्त्वपूर्ण गुणधर्म आहेत.*

पौर्वात्य आध्यात्मिक संकल्पनांनुसार, खरी आध्यात्मिकता याचा अर्थ आपल्या जाणिवेच्या जुन्या संकल्पनांचा संपूर्ण त्याग करण्याची क्षमता असा आहे. याच्यातून जाणिवेचा पुनर्जन्म होणं, पुनरुत्थान होणं सूचित होतं. संपूर्ण गीतेतून अर्जुनाचा पुनर्जन्म होतो. त्याच्या मनातील जुन्या संकल्पनांचा मृत्यू होतो, त्याच्या जुन्या मनाचा मृत्यू होतो. गीता हे अर्जुनाचं पुनरुत्थान आहे. गीतेमुळे अर्जुन त्याच्या अंतर्यामीच्या वैयक्तिक पेचप्रसंगातून, आणीबाणीच्या परिस्थितीतून बाहेर पडतो. प्रत्येक नेत्यानंच

असं केलं पाहिजे आणि बाह्य ऐहिक संकटाला, पेचप्रसंगाला शक्य तितक्या उत्तम प्रकारे तोंड दिलं पाहिजे.

या मुद्द्याच्या संदर्भात पौर्वात्य आणि पाश्चात्त्य धर्मांच्या आकलनातील मूलभूत फरक लक्षात घेणं अतिशय महत्त्वाचं आहे. मध्यपूर्वेतून ख्रिश्चन धर्म पश्चिमेकडे गेला त्या वेळी ख्रिस्ताच्या 'पुनरुत्थानाच्या' संकल्पनेचा चुकीचा अर्थ लावण्यात आला. त्याचं पुनरुत्थान हे भौतिक प्रतलावर झालं असं मानण्यात आलं. या अर्थानुसार, हा येशूचा शब्दशः पुनर्जन्म होता; परंतु येशूच्या पुनरुत्थानातून खऱ्या अर्थानं जाणिवेचं पुनरुत्थान सूचित होतं. गीतेत ही गोष्ट अत्यंत स्पष्टतेनं दिसून येते. हा एक महान धडा आहे, महान शिकवण आहे, ते एक महान रहस्य आहे. गीतेचा विचार करताना त्याच्यावर अधिकाधिक भर देण्याची गरज आहे.

गीतेच्या शिकवणुकीतून अर्जुनाच्या मनाची पूर्णपणे नव्यानं निर्मिती झाली. कृष्णाच्या शिकवणुकीनं त्याच्या पूर्वीच्या मनाचा नाश झाला. पुनरुत्थानाचं तत्त्व, अर्जुनाच्या अंतर्यामी नवीन जाणिवेचं एकात्मीकरण करण्याचं तत्त्व हेच गीतेचं सार आहे. तीच गीतेची खरी कृपा आहे, परम अनुग्रह आहे. तीच तिची संपूर्ण मर्मज्ञता आहे. आपण जोपर्यंत जुन्या विचारसरणीत अडकलेले असतो, तोपर्यंत आपण सीमित असतो, मर्यादित झालेले असतो; परंतु त्या विचारसरणीच्या मार्गापासून आपण अनंताचा भाग आहोत या नवीन आकलनापर्यंत गेल्यानंतर हा विचार बदलतो. आपण कधीही विचार केला नसेल इतक्या अत्यंत महान गोष्टीचा आपण भाग आहोत हे समजून घेण्यापर्यंत जाण्याचा हा प्रवास आहे.

कृष्ण अर्जुनाला असं स्पष्टपणे सांगतो की, तू जे काही आधीपासूनच ग्राह्य धरलं होतंस, ते सगळं सोडून दे आणि नवीन उच्चतर तत्त्वाला शरण जा. दैनंदिन जीवनासाठी ही गोष्टही अत्यंत महत्त्वाची आहे. आपल्यापैकी बहुतेक जण आपल्या जुन्या विचारसरणीच्या आणि जुन्या दृष्टिकोनांच्या संकल्पनांमध्ये अडकलेले असतात. याच्यातून असंही सूचित होतं की, आपल्या त्याच जुन्या चिंता, शंका इ. गोष्टी आपल्याला पंगू करत राहतात. मग याच्यातून बाहेर पडण्यासाठी कोणता मार्ग आहे? आपल्याला या सगळ्यातून कसं काय बाहेर पडता येईल? आपल्याला कृष्णानं अर्जुनाला सांगितलेला मार्गच पत्करावा लागेल. कृष्ण त्याला सांगतो की, याच्यातून बाहेर पडण्यासाठी त्याच्या मनातील भीतीपासून त्याला स्वतःची पूर्णपणे

सुटका करून घ्यावी लागेल. त्याच्या मनात असलेल्या चिंतेतून त्याला पूर्णपणे बाहेर पडावं लागेल. त्याच्या जीवनात आतापर्यंत निर्माण झालेल्या, त्याला जाणवलेल्या जाणिवेच्या क्षुब्ध अवस्थेतून त्याला पूर्णपणे बाहेर पडावंच लागेल. ज्या वेळी मन नव्यानं तयार होईल, त्याचं नूतनीकरण होईल, ते ताजंतवानं होईल, ज्या वेळी जाणीव नवीन प्रकाशातून सर्व चराचराकडे, घटना-घडामोडींकडे पाहण्यास सक्षम होईल, त्या वेळी आपल्यातील दैवी तत्त्वाच्या उपस्थितीला ती प्रोत्साहन देईल. आपल्या सर्वोच्च क्षमतेच्या उपस्थितीला ती चालना देईल.

त्यानंतर आपली जीवनं महान, प्रेममय ऊर्जेनं भरून जातील. आपली जीवनं महान धैर्यशाली, साहसी ऊर्जेनं भरून जातील आणि या ऊर्जेच्या सक्रियतेतून आपल्या संपूर्ण जीवनाचा कायापालट घडून येईल. हा कायापालट फक्त बौद्धिक किंवा तात्त्विक पातळीवरच होणार नाही, तर आपल्या मानसिक-आध्यात्मिक अस्तित्वाच्या मुळापासूनच होईल. म्हणून आध्यात्मिक पुनरुत्थानाची ही संकल्पना समजून घेणं आपल्या दृष्टीनं खरोखरच महत्त्वाचं आहे. कृष्णाची जाणीव किंवा ख्रिस्ताची जाणीव या दोन्ही गोष्टी म्हणजे जुन्या जाणिवेतून बाहेर पडण्याची खरोखरची क्षमता होय. अशा प्रकारे जुन्या जाणिवेतून बाहेर पडल्यानंतरच अधिक उच्चतर तत्त्वाची जाणीव आपल्याला उपलब्ध होते. त्यानंतरच आपण परमानंदाच्या स्थितीपर्यंत पोहोचू शकतो. त्यानंतरच आपल्या सर्वोच्च उन्नत पातळीपर्यंत आपण जाऊ शकतो.

होय, कृष्ण अर्जुनाला कर्तव्य करण्यास सांगत आहे. त्याने तोपर्यंत योद्धा म्हणून पार पाडलेलं तेच कर्तव्य तो त्याला पार पाडण्यास सांगत आहे; परंतु आता तो हे कर्तव्य अगदी मनापासून करणार आहे. त्याचं मन त्यात सहभागी असणार आहे आणि आता त्याच्या मनाचा पुनर्जन्म झाला आहे! साप जसा आपली कात टाकून नवीन चमकत्या त्वचेसह बाहेर पडतो तसंच हे होतं. माणसानंसुद्धा त्याच्या मनात खोलवर रुजलेल्या संकल्पना बाहेर फेकून देणं आवश्यक असतं. सगळ्या विचारांची जुनी कात टाकून देऊन आकलनातील नावीन्याच्या व प्रसन्नतेच्या, ताजेतवानेपणाच्या खरोखरच्या मूलभूत ऊर्जेतून त्याने नव्यानं वाटचाल सुरू केली पाहिजे. हीच अत्युत्कृष्ट शिकवण आहे, कारण ती आपल्याला आपल्या अंतर्यामीच्या अस्तित्वाच्या आत्यंतिक सखोल खोलीपर्यंत नेते. ती आपल्याला जीवनाचं

सौंदर्य पाहण्याची मुभा देते, आपल्या स्वतःच्या अस्तित्वाची भव्यदिव्यता पाहण्याची मुभा देते आणि आपल्या सगळ्या शक्तींना आणि ऊर्जांना अत्युच्च प्रमाणात बहरू देते. त्यांचा विकास घडवून आणते. या अवस्थेत आपण आपले डोळे उघडतो आणि आपल्या भोवतीच्या सगळ्या मर्यादा, सगळे अडथळे, सगळ्या सीमा दूर करतो आणि आपली मनं मुक्त करतो.

अर्जुन त्याचं मन मुक्त करत आहे. तो त्याच्या मनाचा पुनर्जन्म घडवून आणत आहे असं म्हणणं ही हेच सांगण्याची आणखी एक पद्धत आहे. अर्जुनाला मागे खेचून त्याला पंगू करत असलेल्या विचारांना अर्जुन चिकटून राहिला होता. त्याच्या मनाचा पुनर्जन्म झाला, म्हणजेच त्या अर्थानं, त्याच्या मनातून त्याचा पुनर्जन्म झाला असा याचा अर्थ आहे. आधी अर्जुन त्याला दुर्बल करणाऱ्या विचारांना चिकटून राहिला होता, त्यांच्यातच अडकून पडला होता आणि त्यामुळे त्याला कधीही पुढे जाणं शक्य होत नव्हतं. त्या अवस्थेत तो कधीही संपूर्ण क्षमतेच्या आत्मसाक्षात्कारापर्यंत पोहोचू शकला नसता. आपणसुद्धा जुन्या विचारांतच अडकून पडलो तर दुःखाच्या, चिंतेच्या आणि तत्सम गोष्टींच्या पलीकडे कधीही जाऊ शकणार नाही आणि पुढे जाणं हीच यातील गुरूकिल्ली आहे.

पुढे चला! गूढवादाचं हेच सार आहे. अध्यात्मवादाचं हेच मर्म आहे. गतिशीलतेचा हाच गुणधर्म आहे. त्यानंतर आपण मानसिक अंधकारानं वेढलेल्या अवस्थेत असल्याची जाणीव होण्याच्या अवस्थेपर्यंत अर्जुन आला. त्या वेळी त्याची इच्छाशक्ती दुर्बल होती. ती अगदी मरगळली होती. ही तामसी ऊर्जेची अवस्था होती. त्यानंतर त्याच्या अंतर्यामात गीतेचा प्रकाश पडला. त्याच्या अंतरात कर्माची राजसी ऊर्जा आणि आध्यात्मिक ज्ञानाची सात्त्विक ऊर्जा प्रज्वलित झाली. त्याला गतिशीलता, संतुलन प्राप्त झालं.

जुन्या भीती सोडून दिल्याशिवाय तुम्हाला जीवनात संतुलनाची उत्कट इच्छा बाळगता येत नाही. तुम्ही हे केलं तरच तुम्हाला नवीन साहसी दृष्टिकोनातून नवीन आव्हानांना सामोरं जाणं शक्य होतं. ही गोष्ट स्वहिताच्या आणि मनःशांतीच्या दृष्टीनं तर आत्यंतिक महत्त्वपूर्ण असतेच; पण त्याबरोबरच मनाच्या-शरीराच्या आणि आत्म्याच्या पातळीवर आपल्या स्वत्वाच्या अत्यंत प्रकाशमान भागाचा विकास करण्याच्या दृष्टीनंही ती तितकीच महत्त्वाची असते. त्यानंतरच आपल्याला जीवनविषयक नवीन दृष्टिकोन प्राप्त होतो.

जीवनविषयक नवीन दृष्टिकोन मिळवणं हेच खरं पुनरुत्थान असतं. हाच खरा पुनर्जन्म असतो. संपूर्ण भगवत्‌गीतेतून हेच समजावण्यात आलं आहे. कृष्ण अर्जुनाला जीवनविषयक संपूर्ण नवीन दृष्टिकोनातून पुढे जाण्याची प्रेरणा देतो. दृष्टिकोनाच्या या नावीन्यपूर्णतेतून शुद्ध दृष्टिकोनाची निर्मिती होते आणि उत्स्फूर्तपणे घडलेल्या गोष्टीप्रमाणे अर्जुन तत्काळ मुक्त होतो. त्याला वास्तवाच्या अधिक उच्च सत्यावर दृष्टिक्षेप टाकण्याची क्षमता लाभते. तो खरोखरचा योद्धा असतो आणि योद्‌ध्याच्या त्याच खऱ्याखुऱ्या अतीव ऊर्जेनं तो पुन्हा एकदा थरारून जातो व सक्रिय होतो.

असो, तर ऊर्जेच्या गुणधर्माविषयी सांगण्यात आलेलं हे सार आहे. तुम्ही जुन्या विचारांकडे आणि जुन्या गोष्टींकडे पुनःपुन्हा जात राहिलात, तर तुमच्या ऊर्जेच्या गुणवत्तेचं नूतनीकरण होऊन ती नव्यानं ताजीतवानी होऊन तुमच्या समोर येणार नाही. तुम्ही नेहमीच द्विधा मनःस्थितीत राहाल. ही गोष्ट छिन्नमनस्कतेसारखीच (स्किझोफ्रेनियासारखीच) असेल. तुमचं अर्धं मन जुन्या गोष्टींमध्ये अडकलेलं असेल आणि अर्धं मन नवीन परिस्थितींना हाताळण्याचा प्रयत्न करेल म्हणून भूतकाळानं पछाडून गेल्यामुळे मानसिक क्षोभ आणि दारुण यातना निर्माण होतात. मनाच्या शांततेच्या दिशेनं जाण्यासाठी, दिव्य प्रकाशाच्या दिशेनं जाण्यासाठी स्वतःला शुद्ध करणं अत्यंत महत्त्वाचं असतं. त्याकरिता मानसिक स्नान करा. शुद्ध पाण्याच्या मानसिक धबधब्याखाली उभे राहा आणि त्या पाण्यानं स्वतःला शुद्ध करा. गीता हा असाच मानसिक धबधबा आहे. ती आपल्या मनाला शुद्ध करणारी गंगा आहे. तो नदीचा ताजा, वाहता प्रवाह आहे. तुम्ही नदीच्या वाहत्या प्रवाहात पाऊल ठेवलं तर प्रवाहाच्या त्याच त्या पाण्याला तुमचा सातत्यानं स्पर्श होत राहणार नाही. पाणी वाहत राहतं आणि तुमच्या पावलाखाली नवीन पाणी येत राहतं. त्यातूनच त्या प्रवाहात अंगभूत असलेल्या अत्यानंदाची निर्मिती होते. त्या प्रवाहाकडे त्याची स्वतःची गतिशीलता असते. त्याचा स्वतःचा प्रवाहीपणा असतो, हालचाल असते. त्याची स्वतःची ऊर्जा असते. म्हणून मनसुद्धा वाहत्या अवस्थेत असलं पाहिजे. मनानंसुद्धा त्याच्यात खोलवर रुजलेल्या आणि रुतून बसलेल्या चिंतांच्या पलीकडे गेलं पाहिजे. त्यांच्यापासून स्वतःची सुटका करून घेतली पाहिजे. मानसोपचारतज्ज्ञही हेच सांगतात. खरं म्हणजे संपूर्ण मनोविश्लेषणाचा हाच पाया आहे.

या दृष्टिकोनातून विचार केला, तर गीता अत्यंत गतिशील आहे. गीता आणि आधुनिक मनोविश्लेषणशास्त्र यांच्यात कोणत्याही प्रकारचा संघर्ष उद्भवत होत नाही. खरं तर गीता हे मनोविश्लेषणाचंच अतिशय प्रगत, अतिशय उन्नत रूप आहे, कारण ती जीवनातील सर्वच छुप्या तत्त्वांनाही हाताळते. आपण ज्याला वैश्विक शक्ती, ब्रह्मांडीय शक्ती किंवा 'एक्स फॅक्टर' म्हणू, त्या तत्त्वाला ती हाताळते आणि आपण त्या ब्रह्मांडीय शक्तीचाच एक अविभाज्य भाग आहोत म्हणूनच गीता माणसाकडे फक्त शरीरानं आणि मनानं तयार झालेली व्यक्ती म्हणून पाहत नाही. ती त्याच्याकडे वैश्विक नागरिक म्हणून पाहते. या विशाल अद्भुत ब्रह्मांडाच्या आश्चर्यात असलेलं अस्तित्व म्हणून आणि म्हणूनच ब्रह्मांडाचा एक अंगभूत आध्यात्मिक भाग म्हणूनही ती माणसाकडे पाहते.

गीता माणसाकडे अमर्याद अस्तित्व असलेल्या ब्रह्मांडाचा नागरिक म्हणून पाहत असल्यामुळे माणसाकडे पाहण्याच्या दृष्टिकोनातच ती सखोल गूढ, अध्यात्मवादी दृष्टिकोनही समाविष्ट करते. गीता आपल्याला जीवनाकडे अशा आध्यात्मिक पद्धतीनं पाहण्यास सांगते. ती आपल्याला दिव्यचक्षूंनी, ज्ञानचक्षूंनी जीवनाकडे पाहायला सांगते. जर आपण हे समजून घेतलं तर आपण जुन्या विचारसरणीतून बाहेर पडून पुढे जाण्यास सक्षम होऊ. आपली जाणीव खरोखरची समृद्ध होईल, अन्यथा जीवनाकडे पाहण्याचा आपला दृष्टिकोन अगदीच किरकोळ किंवा खरं म्हणजे निकृष्ट असेल.

मानसिक समृद्धी म्हणजेच जुन्या गोष्टींना सोडून देऊन, त्यांच्या पलीकडे असलेल्या नवीन गोष्टींकडे जाण्याची क्षमता होय. मानसिक दारिद्र्य म्हणजे जुन्या संकल्पनांतच अडकून बसणं, सवयीच्या किंवा अंगवळणी पडलेल्या विचारांमध्ये आणि चिंतांमध्ये गोठून जाणं होय. एकूणच, अधिक मुक्तपणे प्रवाहित होणं ही यामधील कल्पना आहे. तुमच्यातून प्रवाहित होत असलेल्या ऊर्जेच्या सर्जनशील शक्तीचा वापर करणं ही यामागची कल्पना आहे. ही सर्जनशील ऊर्जा सातत्यानं तुम्हाला देवत्वाच्या दिशेनं नेत राहते. तिच्याबरोबर ती तुम्हालाही सातत्यानं तृप्तीच्या आणि समाधानाच्या दिशेनं नेत राहते. प्रवाहित होत राहा, पुढे जात राहा... साचलेपणानं, स्थिरतेनं एका जागी निर्जीवपणानं जगणं सोडून द्या. रणांगणावर अर्जुन असाच थिजून गेला होता, निष्क्रिय झाला होता. त्याच्या मनात साचलेपणा निर्माण झाला होता. तो एकाच अवस्थेत अडकून पडला होता. साचलेपणा हा मूलतः

इतका अनिष्टकारक असतो की, त्याच्यामुळे अर्जुन दुर्बल झाला. खरं तर जुन्या संकल्पनांना चिकटून राहण्याच्या या वृत्तीमुळेच आपल्यामध्ये दुर्बलता निर्माण होते. ज्ञानातून असं ध्वनीत होतं की, तुमच्या वाटेत अडसर निर्माण करणाऱ्या सगळ्या गोष्टींचा त्याग करा, त्यांना सोडून द्या.

आत्म्याला अथांग प्रवाहातून प्रवाहित होण्याची, त्याच्यात जागृत होण्याची, पुढे जाण्याची गरज असते. मानवी गतिशीलतेचं हेच संपूर्ण शास्त्र आहे आणि गीतेखेरीज इतर कोणत्याही ग्रंथातून ते इतक्या प्रभावीपणे अभिव्यक्त होत नाही. गीता आपल्याला आनंदानं व्यापून टाकते, कारण आपल्याला ती आपल्या सगळ्या जुन्या संकल्पना पूर्णपणे सोडून द्यायला लावते. आपले सगळे जुने विचार ती आपल्याला सोडून द्यायला लावते आणि त्या विचार नसल्यामुळे रिक्त झालेल्या त्या जागी ती वाहत्या ऊर्जेची उत्स्फूर्तता भरते. अर्जुनाच्या बाबतीतही हेच होतं. संपूर्ण गीतेच्या उपदेशाच्या दरम्यान, तो उत्स्फूर्तपणे आनंदी, समाधानी आणि आश्चर्यचकित होतो. त्याला पडलेल्या प्रश्नांची, त्याच्या मनातील शंकांची उत्तरं त्याला सापडतात आणि तेच त्याच्या आत्मविश्वासाचं मूळ असतं.

आधी, अर्जुनाचा आत्मविश्वास पूर्णपणे ढासळलेला असतो. खरं म्हणजे त्याच्या आत्मविश्वासाचा पूर्णपणे चुराडा झालेला असतो; परंतु कृष्णाचा उपदेश संपेपर्यंत त्याचा आत्मविश्वास इतक्या मोठ्या प्रमाणात वाढतो की, आता त्यात अहंकाराचा लवलेशही नसतो. आता त्या आत्मविश्वासातून त्याला विश्वातून वाहत असलेल्या अधिक मोठ्या शक्तीला शरण जायचं असतं. या प्रक्रियेतून अर्जुनाला सर्जनशीलतेचा, ऊर्जेचा आणि अनंत धैर्याचा लाभ होतो. त्याच्या मनात परमानंद निर्माण होतो. तो अनंताचा परमानंद असतो. तो परिपूर्ण असतो. त्या आनंदाशी इतर कोणत्याही आनंदाची तुलनाच होऊ शकत नाही. अर्जुन मनातील जुन्या कल्पना झुगारून देतो आणि या परिस्थितीत त्याचा पुनर्जन्म होतो आणि त्याचं पुनरुत्थान घडून येतं आणि कालातीत अवकाशाच्या दिशेनं जाण्याचा त्याचा प्रवास सुरू होतो.

काळ ही केवळ एक संकल्पना आहे : चराचरातून वाहत असलेल्या अधिक महान अनंत शक्तीचा एक भाग म्हणून आपण आपल्याला ओळखलं तरच मानवी मनाला काळाच्या संकल्पनेच्या पलीकडे जाणं शक्य असतं. सगळ्या गोष्टी या त्या शक्तीच्या प्रवाहाचाच एक भाग असतात.

जर आपल्या चिंताग्रस्त मनांच्या साहाय्यानं आपण आपल्याला ओळखत राहिलो तर आपण कधीही 'काळ' या संकल्पनेवर मात करण्याच्या स्थितीत येणार नाही. अतिशय व्यापक असलेल्या वास्तवात विलीन होणं, सामावून जाणं ही यामागची सगळी कल्पना आहे. आत्म्यानं परमात्म्यात विलीन होणं ही ती कल्पना आहे. अखेरीस अर्जुनाचं मन हीच गोष्ट करतं. कृष्णानं दाखवलेल्या अधिक व्यापक वास्तवात तो त्याचं स्वत्व विलीन करतो आणि त्या माध्यमातून त्याचं मन ज्या परिस्थितीत येतं तिथे त्याला स्वतःचा सूर गवसतो. त्याचा स्वतःचा शाश्वत आनंद सापडतो.

पुनःपुन्हा तेच ते विचार करून कधीही मनाचा आनंद मिळवणं शक्य होत नाही. मनाचा आनंद हा नावीन्यात, ताजेतवानेपणात, प्रसन्नतेत समाविष्ट असतो. नावीन्याच्या जाणिवेची अनुभूती घेण्यात तो सामावलेला असतो. आश्चर्याची जाणीव करून घेण्यात तो समाविष्ट असतो. नवीन नजरेनं वस्तूंचं आकलन करून घेण्यात तो अंतर्भूत असतो. फक्त असं करूनच तुम्हाला ज्ञानीपणाच्या अवस्थेकडे जाता येतं, अन्यथा, चिंताग्रस्त मन तुम्हाला सुचवत असलेल्या विचारांच्या अंधकारात तुम्ही तसेच लोळत राहाल, त्यातच पूर्णपणे बुडून जाल.

उथळ चिंतातुर विचारांच्या साहाय्यानं स्वतःला दुर्बल करू नका. त्यांच्या पलीकडे जा. त्यानंतरच कायापालट घडून येतो. सर्जनशील व्यक्तीचा, धैर्यवान व्यक्तीचा हाच मार्ग असतो. तोच अर्जुनाचा मार्गही होता आणि त्या मार्गावरून जाण्यासाठी प्रत्यक्ष भगवान श्रीकृष्णानं त्याला मार्गदर्शन केलं, त्यामुळे तो भाग्यवानही होता.

जे जे घडतं, त्या सगळ्या गोष्टींना पूर्णपणे स्वीकारलं पाहिजे आणि त्या स्वीकृतीसह पुढे गेलं पाहिजे, ही यामागची समग्र कल्पना आहे. आनंदी होण्यासाठी, स्वतःला विचारांशी एकरूप करू नका, तर विचारांच्या सर्व प्रकारच्या कैदेतून स्वतःची सुटका करून घ्या. स्वतःला विचारांपासून मुक्त करा. आपण स्वतःच आपल्यावर लादलेल्या मनाच्या मर्यादांपासून स्वतःची मुक्तता करा.

अस्तित्वाच्या गूढ आध्यात्मिक व्याप्तींशी, आयामांशी एकरूप झाल्यानंतर तुम्हाला आनंद प्राप्त होईल. या माध्यमातून तुमच्या मनात अधिक मोठी जागृती निर्माण होईल. एक परमानंद निर्माण होईल. तुम्ही जगण्याच्या पुढच्या पातळीवर निघाला आहात अशी भावना अनुभवण्याची

अधिक महान संधी मिळेल आणि जगण्याची ही पुढची पातळी ही श्रेष्ठ जाणिवेची पातळी असते. गीतेच्या माध्यमातून ज्याप्रमाणे अर्जुनानं अधिक उच्चतर जाणिवेची प्राप्ती करून घेतली त्याप्रमाणेच तुम्हालाही ती प्राप्त करून घेता येईल. त्याचा अंतश्चक्षू सक्रिय झाला होता. अर्जुन परिपक्व झाला. जुन्या विचारांपासून दूर जाण्यास तो सक्षम झाला आणि अशा प्रकारे त्याने स्वतःमध्ये क्रांती घडवून आणली. त्यामुळे ब्रह्मांडीय ऊर्जा पुन्हा एकदा त्याच्यात सक्रिय झाली. त्याच्या अंतर्यामी पुन्हा एकदा तिचं प्रसन्न नृत्य सुरू झालं. त्याचा धर्म पूर्ण करण्यास तो सक्षम झाला. योद्धा म्हणून शक्य तितक्या उत्तम प्रकारे त्याच्या कर्तव्याचं, त्याच्या धर्माचं पालन करण्यास तो सज्ज झाला, सक्षम झाला.

एक प्रमुख, आदर्श किंवा तेजस्वी नेतृत्व म्हणून, ज्ञानी व्यक्ती म्हणून आणि योद्धा राजकुमार म्हणून अर्जुनानं त्याच्या कर्तव्य पालनातून लोकांसमोर उचित उदाहरण ठेवलं आणि नेतृत्वाचं उदाहरण असं महान असणं ही महत्त्वाची गोष्ट असते. अर्जुनाला त्यामागचं कारण सांगताना कृष्णानं म्हटलं होतं : 'महान व्यक्ती जे करते, त्याचंच अनुकरण इतर लोक करतात.'

प्रणय हे प्रख्यात गूढवादी, कुशल वक्ते आणि सिद्धहस्त लेखक आहेत. त्यांनी आपलं आयुष्य आध्यात्मिकतेचा गहन शोध घेण्यासाठी समर्पित केलं आहे. मानवी अनुभवांची सखोल समज आणि व्यक्तिगत विकास यांच्यासाठी अतूट वचनबद्धता असलेल्या प्रणय यांनी अनेक पुस्तकांचं लिखाण केलं आहे. ही पुस्तकं आध्यात्मिकतेच्या क्षेत्रात वाचकांना नवीन दृष्टी प्रदान करतात.

प्रणय यांच्या प्रमुख योगदानांपैकी एक आहे, 'नेतृत्व आणि यशासाठी प्रगत आध्यात्मिकता' नावाची मॉड्यूलची त्यांची अपूर्व शृंखला. त्यांच्या परिवर्तन घडवणाऱ्या पॉवर टॉक्स आणि मिस्टिक टॉक्सनी सर्व क्षेत्रांतील लोकांना प्रेरणा दिली, तसंच त्यांना सक्षमही बनवलं. प्रणय यांच्या या असाधारण क्षमतेमुळे त्यांनी आंतरराष्ट्रीय स्तरावर ख्याती प्राप्त केली आहे. प्रणय यांचा अनोखा दृष्टिकोन, समकालीन अंतर्दृष्टी आणि प्राचीन ज्ञान यांची सांगड घालणारा आहे. हा दृष्टिकोन नेतृत्वाच्या गुणांना अंगीकारून आध्यात्मिक पूर्णत्व प्राप्त करण्यासाठी एक स्वरूप प्रदान करतो. ते आपल्याला उल्लेखनीय यशाच्या दिशेने घेऊन जातं.

प्रणय आणि त्यांच्या परिवर्तनकारी ज्ञानासंबंधी अधिक जाणून घेण्यासाठी, त्यांच्या pranay.org या अधिकृत वेबसाईटवर संपर्क साधा.

डोपामाइन नेशनसाठी कौतुकाचे चार शब्द

‘आपली आधुनिक व्यसने आणि तुलनेने प्राथमिक अवस्थेतील मेंदू यांचे परस्परांबद्दलचे अनुभव ॲना लेंबकी यांना सखोल माहीत आहेत. आनंद आणि दुःख यांतील निरोगी समतोल कसा राखावा, यासंबंधी लोकांना मार्गदर्शन करणाऱ्या त्यांच्या कहाण्यांत वाचकांच्या जीवनात परिवर्तन घडवण्याची ताकद आहे.’

–लॉरी गोटलीब : या ‘डिअर थेरपिस्ट’ नामक सदरलेखन ‘द अटलांटिक’ आणि ‘न्यू यॉर्क टाइम्स’मध्ये करतात तसेच त्यांनी सर्वाधिक खपाचे ‘मे बी यू शुड टॉक टु समवन’ हे पुस्तक लिहिले आहे.

‘व्यसनाच्या गंभीर समस्येबद्दल आपल्याला आवश्यक ते सगळं माहीत आहे. असं आपल्याला वाटू लागलं होतं, त्याच वेळेस नेमकं या विषयावर डॉक्टर ॲना लेंबकी या हे स्वलिखित अतिशय उत्कृष्ट असं दुसरं पुस्तक घेऊन आल्या आहेत. हे पुस्तक केवळ अमली पदार्थांविषयी नसून अतिशय शक्तिमान अशा डोपामाइन नामक रसायनाविषयी आहे. : तेच ते डोपामाइन जे आपल्या मनातील वेदना आणि सुख यांच्या केंद्रांचे नियंत्रण करते. मानसिक समस्येवरील भावी उपायांची वैयक्तिक आणि सामाजिक किंमत आपल्याला काय चुकवावी लागते आणि त्यातून आपण कसे बाहेर पडायचे, याचे स्पष्टीकरण ‘डोपामाइन नेशन’ हे पुस्तक आपल्याला सांगते. आपण एखादी गोष्ट प्रमाणाबाहेर करू लागतो – मग ते इंटरनेट असो, अति खाणे असो, अति काम असो की सेक्स असो – या पुस्तकातील युक्तिवाद आपल्याला नक्कीच गुंतवून ठेवतो, परिणामांची भीती घालतो, सगळ्या गोष्टींचे संयुक्तपणे आणि अतिशय हुशारीने स्पष्टीकरण देतो. लेंबकी यांनी रुग्णांच्या कहाण्या संशोधनासोबत गुंफल्या आहेत आणि तसे करताना त्यांचा स्वर जेवढ्या सहानुभूतीचा आहे तेवढाच तो डोळे उघडून स्पष्टपणे बघणाराही आहे.’

–बेथ मेसी, ‘डोपस्टिक : डीलर्स, डॉक्टर अँड द ट्रक कंपनी दॅट एडिक्टेड अमेरिका’ या पुस्तकाच्या लेखिका. ‘वॉशिंग्टन पोस्ट, बेस्ट बुक ऑफ द इअर’ तसेच न्यू यॉर्क टाइम्स– नोटेबल बुक ऑफ २०१८, हे सन्मान त्यांना मिळाले आहेत.

‘आपल्या दैनंदिन जीवनाची चाकोरी आणि जीवनातले अस्वस्थ करणारे घटक यांच्यापासून काही काळ सुटका मिळावी, अशी इच्छा सर्वांनाच असते. परंतु या गोष्टींपासून पळून जाण्याऐवजी त्यांना तोंड कसे द्यायचे हे आपण शिकलो तर आपण स्वतःशी आणि आपल्या जीवनातील लोकांशीही सुसंवाद साधू शकू. मानसिक आजार, आनंद, दुःख, बक्षीस आणि ताण यांसंबंधी आपण जसा विचार आधी करत असतो, त्यात लेंबकी यांनी लिहिलेल्या या पुस्तकामुळे प्रचंड बदल घडून येतात. हे पुस्तक जरूर वाचा, आपण योग्य तेच केलं हे तुम्हाला पटेल.’

–डॅनियल जे लेवीटिन, या टाइम्सने सर्वाधिक
खपाचे पुस्तक म्हणून सन्मानित केलेल्या
‘द ऑर्गनाइझ्ड माइंड अँड सक्सेसफुल एजिंग’ याचे लेखक.

‘सुखाचा शोध आणि व्यसन यांच्यावरील डोळे उघडणारे सर्वेक्षण... समतोल शोधणारे वाचक लेंबकी यांच्या माहितीपूर्ण आणि मनोवेधक मार्गदर्शनाकडे नक्कीच वळतील.’

–पब्लिशर्स विकली (तारांकित परीक्षण)

‘अतिशय उद्बोधक अशी मनोरुग्णांच्या इतिहासाची माहिती आणि त्यांच्यावरील उपचारांचा विवेकी कानमंत्र.’

–किरकस रिव्ह्यूज